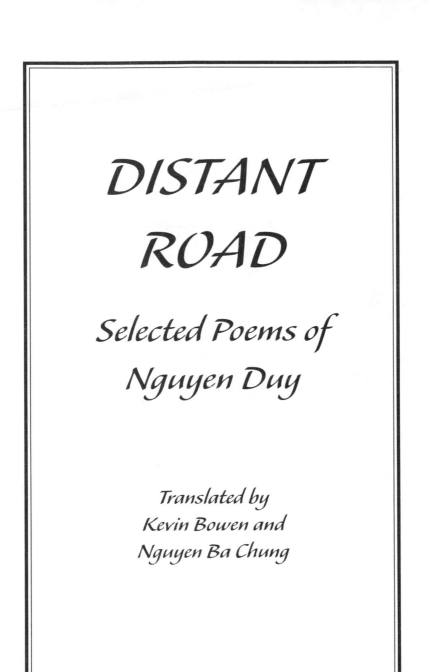

DISTANT ROAD

Selected Poems of Nguyen Duy

Translated by
Kevin Bowen and
Nguyen Ba Chung

CURBSTONE PRESS

FIRST EDITION, 1999
Copyright © 1999 by Nguyen Duy
Translation copyright ©1999 by Kevin Bowen and Nguyen Ba Chung
All Rights Reserved

Printed on acid-free paper by Best Book / Transcontinental
Printed in Canada
Cover design: Stone Graphics
Cover Artwork © by Thanh Chuong

This book was published with the support of the Connecticut
Commission on the Arts, the National Endowment for the Arts, and
donations from many individuals. We are very grateful for this
support.

We are grateful to Jane Blanshard for her help in copy-editing this
manuscript.

Library of Congress Cataloging-in-Publication Data

Nguyen, Duy.
    Distant road : selected poems of Nguyen Duy / edited and
translated by Nguyen Ba Chung and Kevin Bowen. — 1st ed.
        p. cm.
    ISBN 1-880684-61-6 (paper)
    I. Nguyen, Ba Chung, 1949- . II. Bowen, Kevin, 1947- .
III. Title.
    PL4378.9.N5146AA 1999
    895.9'22134--dc21   99-27584

published by
 CURBSTONE PRESS   321 Jackson Street Willimantic, CT 06226
      ph: 860-423-5110   e-mail: info@curbstone.org
                    www.curbstone.org

Acknowledgments

We are grateful to the Witter Bynner Foundation which provided
support for the translation of some of these poems and to the Ford
Foundation which made possible a visit by the poet to this country.
We are also grateful to the publishers of the following journals where
some of these translations first appeared: *The Boston Globe*, *The
Boston Review*, *Compost*, *Manoa*, *Poet Lore*, and *Rafters*. Some of
these poems also appeared in *Mountain River: Vietnamese Poetry
from the Wars, 1948-1993* and *Writing Between the Lines: An
Anthology on War and Its Social Consequences*, both by the
University of Massachusetts Press. Finally we would like to thank
Chris Gompert and Lucy Nguyen for permission to use their version
of "A Chameleon in the City."

TABLE OF CONTENTS

Thơ Bụi/Dust Poems 1996

Distant Road

Between Banks of Truth and Untruth...

In the summer of 1995, in an auditorium at Harvard University and later at the Garden of Poetry in Los Angeles, California, Nguyen Duy shared the podium with his American counterparts:

> We are poets, once each other's match,
> our good fortune, we never became enemies.
>
> Tonight we fire our cannons of poetry,
> fire into the black night, shells of colorful flowers,
> fire into each other, passion without borders,
> fire into each other's souls, melodies of kindness.
> ("Fire!")

Nguyen Duy read it in Vietnamese. Though most of the audience did not understand a word, they erupted into prolonged applause. It was vintage Nguyen Duy. He could do in America what he had done easily and often at home—mesmerizing an audience by his sheer presence alone. He was no doubt aided by one of the characteristics of Vietnamese poetry: words wrought in a language phenomenally expressive in its monosyllabic melody. Like the thousand-year-old folk song of Vietnam, if one does not get the drift of its semantic barbs, one can always catch the cadence of its music. Nguyen Duy read poems from the depth of his guts for that is where they came from—unvarnished, straight-to-the-heart, soaked with raw emotions. He had written "Fire!" just a few days before, a gut response to an unexpected and wrenching experience: facing American veterans not as his former enemies but as his now-fellow poets.

Whether in Cambridge or Los Angeles, at that particular moment the Vietnam War truly ended. It ended between Nguyen Duy and William Ehrhart, George Evans, Tim O'Brien, Larry Heinemann, Bruce Weigl, and others. The war ended for them in the heart where the poem was centered; it spread to the audience when the words were read. It was an electrifying moment. Peace, genuine peace, could once again connect people with people across the abyss of time and the chaos of false hopes. Poetry, genuine poetry, can give us back our humanity.

But beyond the garden, beyond the circle of poet-veterans and committed activists, the war, in many senses, has *not* ended:

> Why didn't we live like this when we were young,
> when we learn to love each other, we've grown old.
>
> Why was there a time when poetry was dead,
> when patches of sky lay in ruins,
> limbs lay splattered in blood,
> hearts bruised with hatred,
> and valleys were traps of tropical death?
>
> Why the time of young men stolen,
> the time of young women robbed,
> the time of childhood singed in crackling fire?
>
> Our lines lurch like lines of wounded soldiers.
> Our words stand headless, armless, legless, stirring like red ants.
>
> When will all the wounds heal?
>   ("Fire!")

Yes, why haven't they? It's an important question, for Vietnamese as well as Americans. A few still want the war to continue, inverting Clausewitz's dictum—politics is a continuation of war by other means. The firing may have stopped; the battleground may have become silenced; there is no more hilltop to seize and hold. But factional bullets continue to fly; political skirmishes continue to be fought; ideological grounds continue to be held and defended. The war was complex in its simplicity. Some wounds have not healed.

Nguyen Duy is one of the premier contemporary poets of Vietnam; to some, even *the premier poet* of his generation. It's a generation that has produced many outstanding poets—Huu Thinh, Pham Tien Duat, Nguyen Duc Mau, Van Le, Xuan Quynh, Phan Thi Thanh Nhan, Y Nhi, and others in the North; Thu Bon, Giang Nam, Le Anh Xuan, Thanh Thao, Nguyen Khoa Diem, Nguyen Trong Tao, Vo Que, Lam Thi My Da, Le Thi May, etc., in the South. Nguyen Duy was not the premier poet during the war; that distinction belongs to Pham Tien Duat. Unlike others whose writing shrinks to a dribble at the end of the war, Nguyen Duy has continued to write voluminously. He is the poet most widely read by the general public and revered by the university student population. Some take special notice of his daring forays into the forbidden zone of taboo subjects. His poetry cuts across seemingly opposing boundaries—popular and refined, rural and urban, traditional and modern, regional and universal. It's known above all for its power, simplicity, political daring, and passion. Trinh Cong Son, folksinger, artist, and Vietnam's controversial national bard, compares Duy's poems to trees growing from the soil of the land, watered by the sweat and tears of his people, energized by the tenacity of their efforts, and empowered by the purity of his vision. Nguyen Duy has never forgotten his roots:

> I was born in a poor village,
> got into the habit of talking about hardship
> was easily touched by heart-rending sights.
>
> My old village, nothing but thatched roofs and mud walls.
> A cemetery with no brick tombs.
> Our harvest brought lots of straw, little rice.
> Children, we spent our time playing in the mud,
> went to school hatless and barefoot...
> ("Wake Wake Our Sleeping Potential")

Born as Nguyen Duy Nhue on December 12, 1948, in Dong Ve village, Thanh Hoa province, Nguyen Duy was raised by his mother and grandmother. His father had joined the support brigade to fight on the front line in the Truong Son mountains. His was a poor but happy childhood, full of games with friends and childish pranks. The life in the village, however, still untouched by later revolutionary fervor, left a deep impression on his mind:

> When I was a boy I spent my days fishing at the Na Brook
> or holding my grandmother's skirt in Binh Lam market
> or catching sparrows on the great Buddha's ears
> or stealing longans from the Tran Pagoda.
> ...

I lived between the banks of truth and untruth,
between my grandmother and angels, buddhas and gods.
I remember the year of famine and the *dong* roughly cooked,
did I smell the fragrance of incense and white lilies then?

("Do Len")

That village, and the life of backbreaking labor day in and day out to survive, become a source of unending inspiration to Nguyen Duy. From there from time immemorial came *ca dao*, the folk songs which serve as the repository of the nation's folk wisdom; from there came many of Vietnam's great poets—Han Mac Tu, Nguyen Binh, Nguyen Nhuoc Phap, Anh Tho, Bang Ba Lan. In their poems we can taste the fragrance of the ripening paddies, the smell of the straw and stubble shorn after the harvest; we can live again the field of dream where a flock of storks stretch their wings across an endless sky, or the buffalo slowly heads home on the wet road in the twilight of an immeasurable green earth. The village defines a world of its own, not just for the poetry of those born and brought up in its midst, but also for the struggle—difficult for outsiders to understand—to defend its values and its tradition:

There
the village forced to cook still with straw and stubble,
how fragrant the sticky rice, sweet the crab broth,
the fish long simmered with pickled cabbage
the eggplant baked with tiny prawn,
all the errands I gladly ran for grandma,
summer rice mixed with corn, spring and fall rice mixed with
potato,
keeping a fire alive all night in rice husks,
its flame still burning inside me today.

That flame will burn imperceptibly within in all the days and years ahead, keeping alive a world that never ends, a love that never weakens. It's a love bound together by a shared history of unspeakable suffering, ensuring that its heritage will never be forgotten:

There
in the haze between lands of memory and forgetfulness
mountain peaks carry the shapes of my mother and grandma,

afternoon clouds carry the rice to see me off,
a thousand roads of long ago running again in the rainbow, in the
crimson patches.

When that passion, that love, that world, join together to become the
driving force of history, the end result, so many times re-enacted in
Vietnamese history, has never been in doubt:

So now the battle moves deeper into the forest,
in the days ahead where will I stop to rest,
before me just a broad open expanse—an empty blank space,
I know nothing of what the future will bring,
I only know of that place where all things began...

("Home Fires")

In 1965 Nguyen Duy joined the national guard and served as a squad
leader guarding Ham Rong Bridge in Thanh Hoa province, one of the
bridges most heavily bombed in the war. In 1966 he transferred into
the Signal Corps Command, and a year later "*di B ngan*" ("*go to B
short*"), i.e., started one of the many long trips down the Truong Son
trails back and forth to South Vietnam (as opposed to "*B long*" for
permanent assignment in the South). From 1967 to 1975 Nguyen Duy
was attached to the Signal Corps Command, which was responsible for
constructing and maintaining the communication lines connecting the
Binh Tri Thien field commands directly to Hanoi. Duy was also laying
down communication lines on the battlefield in preparation for coming
battles in the area of Quang Tri, Thua Thien, and Da Nang. Most of the
fiercest fighting of the war took place in this area. It was there, in the
heat of many bloody firefights, under the rain of carpet bombing, and
in the many long months of recuperation after the dry season, that
Nguyen Duy began to write. People immediately recognized his talent:
from 1968 on, though still officially attached to the Signal Corps
Command, Nguyen Duy was often sent out as a war correspondent to
cover many bloody campaigns that took place below the DMZ.

In the summer of 1971, after the ferocious *Nam Lao* (Southern Lao)
campaign, Duy was sent to Hanoi to complete his undergraduate study
in Literature and Linguistics. In 1972, he took a leave of absence to

return to the South to take part in the *Quang Tri* campaign. It was during the height of this battle that his unit set up a direct line connecting the battlefield to Hanoi so Nguyen Duy could read his hot-off-the-pen poems, while bombs were falling around him, so that they could be printed and broadcast to the troops. The person on the other end of the line was no other than Hoai Thanh himself, the *éminence grise* of Vietnam's modern poetry, who was then editor-in-chief of *Van Nghe (Arts and Literature)* journal. This unprecedented event, which happened only once during the entire war, endeared Duy's poems to thousands. Duy's place in the canon of poetry was assured when Hoai Thanh picked out a group of his poems to be given the first prize of the *Van Nghe* journal in 1972 ("Square Sky," "Bamboo Tree," "The Warmth of the Straw Sleeping Place," etc.). In 1976 Nguyen Duy resigned from the army. Since 1977 he has worked in Ho Chi Minh City as the southern representative of the *Van Nghe* journal.

The power of Nguyen Duy's poetry comes from its distinct sense of home and place. Whether it is about his flood-torn village in the North, his perambulations up and down the Mekong river and Ca Mau province in the South, or his wanderings in Hue, Nha Trang, and Dalat in the center, we can always get a feel for the location. He writes about life in the village with a sense of love born only of someone who grew up on its soil, and whose spirit was watered and shaped by it. The cadence of a few carefully and felicitously chosen images—"*o rom,*" the bed of straw used in rural areas in place of a mattress or blanket to keep warm; "*huong bo ket,*" the rustic scent of soapberry; "*con co trang tren dong lua vang,*" the wings of a white stork silhouetting against the vast amber ricefield—can bring any Vietnamese back to his or her childhood with a palpable sense of home and unremitting bucolic longing. Like a *maestro* at the top of his form, Nguyen Duy brings his orchestra of images alive by invoking the rhythms of *ca dao,* the most ancient prosody of the Vietnamese language and hence the most culturally rooted. Trinh Cong Son observes that "in appearance Nguyen Duy looks like a wild field; Nguyen Duy's poetry is a precious oak rooted in that wild field."

Nguyen Duy has an exceptionally keen ear for the scent of place and time. No poem has been able to capture the Southern character—generous, carefree, simple, rebellious, fun loving, impatient of

xx

formality, and contemptuous of pomposity—better than Nguyen Duy's "The Old Man in the South":

"That kind of thing bores me...life worth living has no constraints,
finding food may take some doing, but getting shelter's always
easy:
sugarcane, coconut leaves easily make a roof for a hut;
shirts and hats I can do without, but not drinking daily with friends.

Whoever's poor I'm glad to share my rice and rags.
I know how their stomach growls: the same way mine does,
no sense to be so frugal, the skin may be soft and radiant
but true wealth is found in the heart."

He urged me to sip, ask no more questions. "My bumptious
harvest
is nothing," he said "no need to print it in the newspaper,
a little extra I'll share with my villagers; more I'll share with the
state,
no need to write my name anywhere..."

Nguyen Duy is considered the new balladeer of *luc bat* or the six-eight form, one of the oldest prosody styles of Vietnamese poetry. "Like duckweed floating downriver / my six-eight feet make their crooked journey" ("Subsidized Poetry"). The six-eight form consists of a series of couplets with alternating six and eight words in which the 6th word of the first line rhymes with the 6th word of the second line, and the 8th word of the 2nd line rhymes with the 6th word of the first line of the succeeding couplet. This form is often used in *Ca Dao*, or folk songs, which comprise the bulk of Vietnam's folk poetry. It reached perfection in 1813 in Nguyen Du's *Tale of Kieu*, considered Vietnam's greatest masterpiece, spanning 3250 lines of six-eight. In the 1970s, it grew stale with stock phrases and timeworn meter. Nguyen Duy's collection of 99 six-eight poems published in 10/1994 (*Ve*), however, shows that *luc bat* is alive and well, and it can continue to play a vital role in modern poetry. Nguyen Duy achieves this singular feat by a combination of inventive diction, imaginative syntax, and surprising prosodic variations. Vuong Tri Nhan, a noted critic, in a review of *Ve*, wrote, "In many poems, such as 'No Nhuan But' ('Debt of a Writing

Fee'), 'Tro Gio' ('The Wind Returns'), 'Em Oi !' ('Darling !'), each
sentence is endowed with a uniquely 'Duyan' word..." His virtuosic
exploitation of the unique features of the Vietnamese language—
onomatopoeia descriptive of moods and gestures, pictographic
qualifiers conveying lively images, and musical morphemes setting
the appropriate note for the scene—brings the six-eight lines back to
life. Nguyen Duy occasionally manages to merge the sense, sound, and
image into one, driving the expressiveness of the language to its limit,
creating a most startling and pleasing effect. Sound becomes pictorial,
and image sonic. (This, however, has its drawback: it's almost
impossible to capture these peculiar features of the language in trans-
lation!)

Perhaps one of the greatest strengths of Nguyen Duy's poetry is the
undercurrent of compassion that cuts through it. Whether his poems
deal with love, family, war, present and lost friends, enemies, values of
the past, problems of the present, or his own self-mocking, his poetry
is throughout informed with a heart that has long understood the scars
of hardship and suffering. In the face of those scars, that heart never
fails to respond with sorrow and indignation. Many of his love poems
have become classic. From the re-invigorating power of the six-eight
form, Nguyen Duy has succeeded in capturing the modern sense of
loss and longing, of its tenacity and exquisite effervescence:

> In happiness we give memory free rein,
> live and forget, to live to forget.

> In sorrow we cherish fond memories,
> the past casts a wide net to enfold us.

> The deeper the memory, the sharper the thorns,
> and so we become our own wardens.

> I am no different, in the end,
> we all falsely imprison the heart.
> > ("Innocence")

> how clear can the light in the sky be,
> how untidy human affection—you and I?

...
Your eyes clear and innocent,
sunlight in the midst of a sea of rain...
("Rain In Sunlight, Sunlight In Rain")

Another remarkable aspect of Nguyen Duy's poetry is his appropriation of the classical motifs of Vietnamese culture—the poet as the nation's voice of conscience, and poetry as the nation's call to arms in time of crisis. Poetry isn't the stuff of make-believe—at least, not Vietnamese poetry—good only for after-tea recitals, or for mumbling quietly to oneself when no one is watching. In Vietnamese history, poetry has always played an integral role in preserving and transmitting the national identity without which Vietnam couldn't have survived a thousand years under Chinese rule. Vietnam's first Declaration of Independence was a four-line poem written by Marshal Ly Thuong Kiet in 1077, "Mountains & Rivers: The Southern Land":

The Southern Emperor is to dwell in the Southern Land
This has been chiseled in the Book of Heaven...

During a hundred years under French colonial rule, it was poetry, and poetry alone, that kept the spirit of resistance alive: poems written by scholars who refused to collaborate with the *colons*; poems written by rebels languishing in prisons; poems written by patriots hours before executions; poems written by agitators and smuggled in from abroad; and poems written by men and women of all walks of life who despised colonial rule. Words of rhymes became salt to the national conscience, shaming the shameless and keeping the consensus of resistance alive.

Nguyen Duy was very conscious of his vocation as a poet:

From the glass tower the poet nods,
in the market window bars imprison the moonlight.
("Poet A")

Rumors say the poet has gone into business,
the skies must have agreed to be for sale.
("Poet B")

Our soul—a slab of pure gold,
we'll have to sell it piece by piece
one for a son, one for a wife,
others for our parents and our friends.

("Selling Gold")

In keeping with the tradition of poets who choose to follow the call of their craft rather than to betray it by bending with the wind, or by keeping silent, Nguyen Duy had at times to do many odd jobs to survive. He has dabbled as a welder, a driver, a plowman, a porter, etc. The poet's vocation may have its price:

A month's salary floats off like a whiff of perfume
and a writer's payment comes rarely, out it goes
like wind through a hollow house...

("Selling Gold")

O poetry, I give you my word,
I'll plow and plant long and hard to keep you alive.

("Subsidized Poetry")

Many in Vietnam lived through the tumultuous and heart-rending years immediately after 1975, when the economy was on the verge of collapse. Nguyen Duy was the first major poet to write about its enormous cost to the people's lives and the nation's well-being. Something had gone wrong, deeply wrong. His keen eye for details, his ability to make visible what lies underneath, and his undisguised moral indignation inspired some of the most moving poems to come out of this period—"On Hearing a Chameleon in the City," "Moonlight," "The Father's Bridge," "A Small Song of Peace," "Experience," "Don't Be Sad, My Darling," "O Stone!," "Lang Son," "Song for Mother," "New Year Fireworks," etc. "On Hearing a Chameleon in the City" mourns an entire generation who went to war and never returned. They were Nguyen Duy's fellow soldiers and comrades. In the middle of the city, amidst the hurly-burly of buying and selling, of making deals and getting ahead, Nguyen Duy could hear the unmistakable call of the gecko in the tamarind trees—*"Tac Ke, Tac Ke"* ("Return soon, return soon")...Those were the calls he once heard in the forest, calls he and his friends used to welcome. They were good tidings, auguring a not-too-distant reunion with family and hometown down in the delta. Now, only those who *did* return could hear them. Those who need to hear the call are no longer here to hear it; they have been lost to the mist of time:

> Troops pass through Truong Son mountains
> slide into seasons sleeping with weapons
> asking if we'll ever see city lights again.
> *Tac ke* answers from above: *sap ve*—returning soon.
> ...
> My friend will not return. I saw him slump
> on the far side of the bridge. Came all that distance
> to arrive lying prostrate at the city's entrance.
> In one indifferent instant his war ended.
> ...
> The noise freezes me.
> Listen,
> to the voice in the tamarind tree:
> *Sap ve!*
>
> ("On Hearing A Chameleon In The City")

Pained by the signs of enormous poverty and suffering all around him, Nguyen Duy wrote "Poem Dedicated To A Beggar" in 1973, making amends for his sorrow at his own powerlessness, sadly indicting a world that had allowed a part of itself to become helpless. He again noted the scene with powerful empathy in "New Year Fireworks" (1992):

> The whole city seems to explode,
> fireworks thunder in the distance,
> an old man with a stick and bag
> sobs quietly by the train station.
>
> The whole city seems to be on fire,
> the sky suddenly streaked in flares,
> a woman picks through the garbage,
> shrivels up beneath a bridge.
>
> The whole city seems awash in smoke,
> scents of fire fill the sky,

a streetwalker greets the New Year
alone beneath a tree.

The whole city seems to crack open,
firecrackers smother the pavements,
a child lives alone in the dust,
curls up beneath a veranda listening.

Smoke rises, explosions rumble,
what battle has just passed through,
a man on a wooden crutch sits by the river,
dreaming of home...

Nguyen Duy was one of the earliest voices, and the earliest poet, who
with great courage questioned the disastrous policies of the Party
during the hard-scraping years between 1975 and 1986, before the
advent of *Doi Moi* (Renovation). He fired his first salvo with "Wake
Wake Our Sleeping Potential" written in 1980-81 (which couldn't be
published until 1986). He continued along that vein with "Ten Years
Counted Off on Fingers" in 1985, then "Our Nation from a Distance"
in 1988, and, most recently, "Metal, Wood, Water, Fire, Earth" in 1991.
This last poem was published in 1992 by Hoang Phu Ngoc Tuong in
Cua Viet journal, whose license was thereafter rescinded.

Nguyen Duy's uncommon courage in naming things straightforwardly
as he sees them endears him to a generation of Vietnamese readers.
This has always been a thorny issue with the powers-that-be. There
was, and still is, a general feeling in many quarters that since victory
has been achieved at such a high cost, any criticism, regardless of how
valid, only betrays disrespect for past sacrifices. Emphasis is channeled
into finding a way out, not stating the obvious. Progress is measured
by comparing current achievements with those of the past, not with
those of other nations. Because of the abysmally low economic base
established under colonialism, the majority of the Vietnamese had
practically nothing, so it did not take a great deal of progress to
demonstrate improvements or to elicit appreciation. Unlike a small
urban minority in pre-1975 South Vietnam, who, with billions of U.S.
aid pouring into the city, had been accustomed to a much higher
standard of living, people in the North and the majority of peasants in

the South had been conditioned to much simpler fare. In a society still burdened by many insurmountable postwar problems, and the attendant pressure for traditional conformity, Nguyen Duy keeps his own counsel. Following his six-eight feet, he wanders over the wide terrain of modern Vietnamese poetry, cutting a path of his own. He is the Nguyen Huy Thiep of Vietnamese poetry.

"Whenever we meet, Nguyen Duy often shares with us his new poems," wrote Nguyen Quang Sang, the dean of Southern writers, "especially those that have not been published. I and many of our friends like some of them enormously. We like them, but we know that they can't be published yet. We like them because we can feel the tremendous energy suffused in them; they can't be published yet because Nguyen Duy's poetry is angular, multifaceted, full of deep questioning, sometimes pervaded with a sense of loss and mordancy that editors find worrisome. I know that a few papers had already typeset 'Wake Wake Our Sleeping Potential' and 'Ten Years Counted Off on Fingers,' but decided to pull them out at the last minute, gripped by a sudden sense of uneasiness." In this environment, writers become expert in devising elaborate linguistic and literary devices to intimate their unorthodox longings. Words become masks, hidden and subtle, slanting multiple shadows across the sunlit pages. Nguyen Duy, however, speaks plainly:

●

Land of compassion.
Why are there so many ghosts,
dishonest ghosts, gangster ghosts, evil ghosts, small-time ghosts...
devils incarnate in so many wobbling figures?
...

●

Land of sacred faith.
Why are there so many temples and pagodas converted into
                                                          chicken
coops, warehouses, smokescreens raised to rob even the spirits?
...

●

Land of intelligence.
Why so many children uneducated,
school houses lying in sad ruins?
...

●

Land of honesty.
Why are there so many liars,
villa liars—market liars—country liars,

low-class liars who sell their bodies to support their mouths,
high-class liars who sell their mouths to support their bodies?
...

Land of forgiveness.
Why have so many fled their homes,
how many leave-takings are filled with laughter.

Fields left wild, widowed,
fighting each other for a spot as a foreign laborer.

The China Sea dotted with boats of fate,
lots thrown to the wind, no promise of return.
...

●

What a calamity when one can no longer feel passion,
what greater calamity when one can no longer find indignation?
So few lines of poems that speak courage,
who are we?
Who needs us?

("Our Nation...from a Distance")

It's a tribute to Nguyen Duy's vision that he saw, and wrote about, the
need for *Doi Moi* seven years before it arrived, and even now, not all of
what he saw has come to pass. Although much progress has been made,
much remains to be done. "Metal, Wood, Water, Fire, Earth" perhaps
speaks most eloquently to the problem of postwar Vietnam, beginning

with the 1975-1985 decade: A heroic, epoch-making victory was followed by a society in disintegration—economically, socially, and spiritually. The Shangri-La hope for a worthy future at the end of an earth-shaking struggle reached an ideological meltdown. Worse, we did not even have the resources to deal with the fundamentals of the crisis: we had spent our spiritual inheritance before and during the war. The indignation against foreign rule, the love of hearth and home, were enough to carry the struggle to fruition; they weren't enough to carry the country forward to prosperity.

Like a bird of old in the life of the Vietnamese village, his poems metamorphose into storks that fly out into the stormy sky to announce the coming of the rain. And they will keep flying out high in the sky to forewarn, as long as the rain is coming. In an interview in *Lao Dong* weekly on November 23, 1994, when Nguyen Duy was asked to explain the meaning of the title of his collection "*Ve*", he replied:

"In terms of time, like the wheel of rebirth, the road of return for me has come full circle. I have experimented with many different paths in the hope of finding a new and distinct voice. After many starts and stops, the journey leads me back to where I first began—the six-eight form. In terms of topography, I have traveled to many places—from one end of the country to another, from one galactic space to the next. Eventually I come back to where I have always been—the place I am in closest contact with, where my blood and sweat have ties. Then there's the spiritual return: the awakening of values that have been sound asleep or dying within one's self."

> Whatever happens,
> the land lives within us always.
> The spiritual stream remains untainted.
> Poetry still lives, the people still live.
> We are the people—we will endure.
> ("Our Nation...from a Distance")

That awakening is not bought on the cheap: it's a journey, like the journey of his own land, through dark valleys and inner dungeons:

Doors open, curtains magically pull apart. No, this is not paradise,
only a room full of gamblers, minds buried alive like hot
earthen pots.

Ten thousand letters jut into the night, the more you risk the deeper
the night will get,
the red halo of the Mirage shimmers in the sesame light.
...

No. No. Beautiful enchanted women everywhere. No. No. Monks.
No. They are only the heads of water buffalo turned up to a throne,
ripping each other to pieces.

From the dead bodies and from that seasons of tears, we squeeze
the last bits of moisture,
make a coffin for a soul catching fire, curling up and withering
before us.

I howl until I'm hoarse, raise my voice to heaven.
I lie on my back, slowly crawl out like troops withdrawing,
recovering from the siren songs.
("Mirage")

I have no idea why the tree and I are slashed and hacked,
there is no escape, there is no escape for me,
I seek shelter within my own shadow.
("Shelter in Shadow")

Things have indeed come full circle: angels, buddhas, gods have finally
returned to the *Song* temple of Nguyen Duy's childhood ("Do Len"). It
wasn't just the falling bombs that drove them away, but the blindness
of a bygone age. "We have to return to our true homes, and leave the
heavens to the race of heavenly birds " ("Distant Road"), for only there,
perhaps, may we find the clarity to listen to the silent call of the moon:

Our childhood, we had no time
to spend idling by rivers and seas,
the war so soon upon us. In the jungle
the moon's halo, our only close friend.

...

Old round moon, so perfectly round,
look down on this indifferent one;
let your light, so calm and silent, absolutely silent,
be enough to awaken me.

("Moonlight")

The clarity that has always been part of the earth, the field, and the light within ourselves is the transforming power of compassion:

Bombs plowed into the red earth, berry red.
Scorching sunlight burned the noon air like kiln fire.

That's our country, isn't it, friend?
The maddening agony, the honey comes from within.

("Red Earth—Blue Water")

Perhaps, also, it is only there that we can free ourselves from others'—or is it our own?—*slashing* and *hacking* shadows in the promise of a resurrecting rain ("Shelter in Shadow"). Living *between banks of truth and untruth*, in a trying time filled with an equal measure of *half-truth and untruth*, the poet who writes poems *railing against the wind* has decided to journey home. We honor the dead, for they alone have the right to speak:

...ten years Tet's smoke spiraling, disappearing into the sky
on my ancestor's altar while
I feel the presence of the many nameless dead.

("Ten Years Counted Off on Fingers").

— Nguyen Ba Chung
Boston, June 1999

Cát Trắng/White Sand
1973

NHỚ

Nhớ em khi đang lên đèo
nghe em là gió vờn reo lá rừng

Nhớ em khi đang sang sông
nghe em là sóng bập bồng đưa chân

Nhớ em khi áp vách hầm
nghe em là tiếng thì thầm đất rung

Nhớ là thế đấy em thương
em vui trăm vạn ngả đường trong anh.

1970

LONGING

Climbing the high passes, I long for you,
I hear the winds rustle through the forest leaves.

Crossing rivers, I think of you,
I feel the waves in the current lap my feet.

Holding fast to the trench, I think of you,
I listen to the whispers of the shattered earth.

I long for you, my love,
and a thousand paths break free inside me.

1970

TRE VIỆT NAM

Tre xanh
xanh tự bao giờ
chuyện ngày xưa đã có bờ tre xanh?

Thân gầy guộc, lá mong manh
mà sao nên lũy nên thành tre ơi?
ở đâu tre cũng xanh tươi
cho dù đất sỏi đất vôi bạc màu?

Có gì đâu, có gì đâu
mỡ màu ít chất dồn lâu hóa nhiều
rễ siêng không ngại đất nghèo
tre bao nhiêu rễ bấy nhiêu cần cù

vươn mình trong gió tre đu
cây kham khổ vẫn hát ru lá cành
yêu nhiều nắng nỏ trời xanh
tre xanh không đứng khuất mình bóng râm

Bão bùng thân bọc lấy thân
tay ôm tay níu tre gần nhau thêm
thương nhau tre không ở riêng
lũy thành từ đó mà nên hỡi người

Chẳng may thân gãy cành rơi
vẫn nguyên cái gốc truyền đời cho măng
nòi tre đâu chịu mọc cong
chưa lên đã nhọn như chông lạ thường

Lưng trần phơi nắng phơi sương
có manh áo cộc tre nhường cho con

Măng non là búp măng non
đã mang dáng thẳng thân tròn của tre

THE BAMBOO OF VIET NAM

Bamboos are green,
green straight through,
for how many years these hedges of bamboos green?

With their frail leaves and slender trunks
the bamboos hold up forts and citadels,
green, everywhere, green,
even as soil and rock turn white.

No mystery, no mystery at all,
their lushness arrives from long growth,
hardy roots do not fear poor soil,
they grow more roots, toil harder.

When bamboos stretch their bodies with the wind
or sway in hardship, even the poorest branches sing,
they love the sunshine, the blue sky,
don't seek cover in the shade.

In a storm one trunk will shield another,
one branch pull, another push—so bind together,
because they love each other they do not stand alone,
from that, dear friends, come forts and citadels.

If their trunks are broken, branches torn,
the root still holds,
the journey of bamboo so straight,
young shoots rise sharp as spikes.

They bare their backs to sun and mist
fling their small shirts across their flocks.

Buds of shoots, buds of shoots,
so round and ramrod straight their backs,

năm qua đi tháng qua đi
tre già măng mọc có gì lạ đâu

Mai sau
mai sau
mai sau...
đất xanh tre mãi xanh màu tre xanh.

1970-1972

years pass, months pass
when old bamboos die, young ones rise right up.

Tomorrow,
tomorrow,
and forever tomorrow
blue earth, green bamboos—our land forever green.

1970-1972

BẦU TRỜI VUÔNG

Thắng rồi—trận đánh thọc sâu
lại về với mái tăng bầu trời vuông
sục sôi bom lửa chiến trường
tâm tư yên tĩnh vẫn vuông một vùng

Khoái nào bằng phút ngả lưng
mở trang thư dưới bóng rừng đung đưa
trời tròn còn lúc rơi mưa
trời vuông vuông suốt bốn mùa nắng xanh
mặt trời là trái tim anh
mặt trăng vành vạnh là tình của em

Thức là ngày, ngủ là đêm
nghiêng nghiêng hai mái—hai miền quê ta
ở đây là tấm lòng ta
sông dài núi rộng cũng là ở đây

Vuông vuông chỉ một chút này
mà che tròn vẹn ngàn ngày quân đi

Quảng Trị 1971

8

SQUARE SKY

We won—our troop made a deep thrust.
The battle over, I return to rest
under the canvas roof—my square sky,
after the roar of incendiary bombs
my mind settles back in peace
recovering its square home.

What joy equal to that minute of rest
opening the page of a letter
rocking beneath the jungle's shade,
the round sky cut off by rains,
the square sky remaining unchanged,
in blue sunlight all four seasons,
the heart, the sun, the face of the sky,
love, the moon's round face,
luminous at night.

Day is waking, night is sleep,
leaning in tandem stoop two roofs,
two distant home villages lost in mist,
here is my heart and here is
the wide mountain, the long river.

A square sky, a square—a tiny patch...
but enough to cover a thousand-day march.

Quang Tri, 1971

ĐẤT ĐỎ—NƯỚC XANH

Bom đào đất đỏ, đỏ au
chói chang trưa nắng một màu lửa nung

Phễu bom sâu hóa giếng hồng
đất tuôn lặng lẽ một dòng nước xanh

Quê mình đó phải không anh?
Đau thương mấy vẫn ngọt lành bên trong.

Miền Tây Quảng Bình 1971

RED EARTH—BLUE WATER

Bombs plowed into the red earth, berry red.
Scorching sunlight burned the noon air like kiln fire.

Bomb-raked funnels turned into rose-water wells,
A noiseless stream of blue water gushing up.

That's our country, isn't it, friend?
The maddening agony, the honey comes from within.

Western Quang Binh, 1971

Ghi Chép Trường Sơn/
Truong Son Notes
1975

NGƯỜI CHA

Ở đây có những con người
nửa đời Việt Bắc nửa đời Trường Sơn
Đã từng măng củ thay cơm
bây giờ rau dớn rau môn lại từng...

...Mộng du trắng xóa mái đầu
làng quê vẫn ở đâu đâu mút mùa
nửa đời nắng dãi dầm mưa
bàn chân không nghỉ mà chưa tới nhà

Vợ con còn cách trời xa
cha già nghìn núi mẹ già trăm sông
đến đây gió cũng đi vòng
ngoằn theo khoeo núi ngoèo trong khuỷu rừng.

THE FATHERS

In this place there are so many who spent half their life
in the Viet Bac, the other half along Truong Son Mountains,
men and women who once ate roots, bamboo shoots for meals
and now make do with taro leaves and wild tendrils...

...Walking sleepless nights their heads have turned bone white,
their native villages so far away, like distant seasons.
A lifetime laboring in sun and rain,
a lifetime walking, and they've yet to reach home.

Beneath the far horizon, wives and children drift off to sleep,
a father old as a thousand hills, a mother old as a hundred rivers,
when the winds come, they'll have to arc and circle, climb over
the great bends and twists of the forests to get to this place.

Mẹ Và Em/Mother and You
1987

HẦM CHỮ A

Đường Thanh Hóa...đường Nghệ An...
tới đâu cũng gặp những gian hầm kèo
hứng bom đỡ đạn đã nhiều
vẫn lặng thinh với cỏ rêu bên đường

Lặng thinh như một lẽ thường
ai cần che máu che xương thì vào
dễ cầm nước mắt được sao
bao căn hầm ấy có bao cột kèo

Thương ai dỡ những mái nghèo
dựng căn hầm vẫn dựng theo dáng nhà
nhà dân che nắng mưa sa
chắn che cái chết cũng là nhà dân

Cần chi ở tháng ở năm
trú thân một lát hay nằm một đêm
một đời không thể nào quên
lòng dân—chiếc mộc vững bền cho ta

Ngả lưng trong hầm chữ A
nhìn lên lại thấy mái nhà lợp tranh...

Khu Bốn—Hè 1968

18

THE A-SHAPED SHELTER

Roads to Thanh Hoa...roads to Nghe An...
wherever you travel, the A-shaped shelters,
years of bombs and bullets,
now silent as the grass by the roadside.

Silent, as if it had been nothing at all,
but here they entered, those trying to shield blood and bone,
so hard to hold back the tears,
so many shelters, how many houses surrendering posts and beams.

Pity those who tore down their roofs of straw and grass,
raised these shelters like their own homes,
the peasant's house fends off heat and rain;
these fend off death; they are also the peasant's house.

No need to stay for months or years:
a moment of refuge, a night of rest;
enough, a memory for the rest of your life,
the people's hearts—the strong beams sheltering us.

Lie down in the A-shaped shelter,
look up, see in its posts and beams, a straw roof...

Fourth Interzone, Summer, 1968

HƠI ẤM Ổ RƠM

Tôi gõ cửa ngôi nhà tranh nhỏ bé đồng chiêm
bà mẹ đón tôi trong gió đêm:
nhà mẹ hẹp nhưng còn mê chỗ ngủ
mẹ chỉ phàn nàn chiếu chăn chả đủ
rồi mẹ ôm rơm lót ổ tôi nằm

Rơm vàng bọc tôi như kén bọc tằm
tôi thao thức trong hương mật ong của ruộng
trong hơi ấm hơn nhiều chăn đệm
của những cọng rơm xơ xác gầy gò

Hạt gạo nuôi hết thảy chúng ta no
riêng cái ấm nồng nàn như lửa
cái mộc mạc lên hương của lúa
đâu dễ chia cho tất cả mọi người.

1971

THE WARMTH OF THE
STRAW SLEEPING PLACE[1]

I knocked on the door of a small thatch hut
by the summer field,
an old woman walked out in the wind to greet me.
"My house is small, but there's room to rest,
no blankets or mattresses though," she apologized
and rolled together a sleeping place of straw for me to lie in.

The yellow straw wrapped me like a cocoon,
I lay awake in the honeyed scent of the fields,
in a warmth warmer than a blanket,
in slender and tattered threads.

The grains of rice keep our stomachs full,
but the warmth, this flame-hot warmth,
this simple aroma of the paddy field,
no way to easily divide it.

                              1971

---

1 In the countryside, not all farmers had mattresses or blankets. A nest of straw,
  which cost practically nothing, was used instead.

XÓ BẾP

Nơi ấy
mẹ ta nhễ nhại mồ hôi
đàn con lóc nhóc khóc cười
buổi nhá nhem len lén mò cơm nguội
bảy sắc cầu vồng trong xó xỉnh lọ lem

Nơi ấy
ta nướng khoai lùi sắn
xoa xít hít hà...thơm bùi cháy họng
lấm tấm đầy đầu bụi bồ hóng
lép bép lửa tàu cau
râu tôm nấu với ruột bầu
húp suông

Nơi ấy
vùng ta còn đun rạ đun rơm
cơm nếp cứ thơm canh cua cứ ngọt
con cá kho dưa quả cà kho tép
việc vặt giúp bà ta từng quen tay
gạo chiêm ghế ngô gạo mùa độn khoai
bà dạy ta chữa khê chữa nhão
ngọn lửa giữ qua đêm dai trong trấu
âm ỉ lòng ta đến bao giờ

Nơi ấy
nhá nhem giữa quên và nhớ
đỉnh núi hiện lên bóng bà và mẹ
mây chiều hôm gánh gạo đưa ta
tất tưởi đường xa cầu vồng ráng đỏ

THE HOME FIRES

There
my mother bathed in sweat
a brood of children laughing, crying
in the dark, me stealing to the kitchen, looking for rice
or a seven-colored rainbow in a dust-covered nook.

There
I baked manioc, burned the potatoes in their skins,
blowing to cool them...inhaling their fragrance, knowing that
                              raw burn in the throat,
my head caught in a spider's web, greasy black flecks
rising from a crackling fire of areca palm,
shrimp heads cooked with gourd
sucked so slowly.

There
the village forced to cook still with straw and stubble,
how fragrant the sticky rice, sweet the crab broth,
the fish long simmered with pickled cabbage
the eggplant baked with tiny prawn,
all the errands I gladly ran for my grandmother,
summer rice mixed with corn, spring and fall rice mixed with potato,
keeping a fire alive all night in rice husks,
its flame still burning inside me today.

There
in the haze between lands of memory and forgetfulness
mountain peaks carry the shapes of my mother and my grandmother,
afternoon clouds carry the rice to see me off, a thousand roads
of long ago running again in the rainbow, in the crimson patches.

Mặt trận dời vào sâu
ngày mai ta dừng chân nơi nào
khoảng trống phía trước vẫn bỏ ngỏ
đâu biết những gì chờ ta đằng kia
chỉ biết đời ta khởi đầu từ nơi ấy...

Mặt trận Đường 9–Nam Lào 1971

So now the battle moves deeper into the forest,
in the days ahead where will I stop to rest,
before me just a broad open expanse—an empty blank space,
I know nothing of what the future will bring,
I only know of that place where all things began...

The Route 9 Campaign, Southern Laos, 1971

HỎI THĂM

Vừa xa mà đã nghe lâu
hỏi thăm áo tím qua cầu gió bay
ớt Đông Ba có còn cay
gạo de An Cựu độ này còn thơm?

Hỏi thăm hoa phượng bên đường
sông Hương mấy bữa mưa nguồn còn trong
quán cơm Âm Phủ còn không
cô gì hôm ấy lấy chồng hay chưa?...

26

A FEW QUESTIONS

Gone so short a time, it seems forever,
tell me, does the lavender shirt still hang from the bridge,
are the Dong Ba peppers still burning hot,
the An Cuu rice as sweet as ever?

And the royal poinciana does it still line the road,
the Perfume River rest soft after mountain rain,
is the Am Phu eating-house still there;
the girl that day, is she yet married?...

NHỚ BẠN

Tôi về xứ Huế mưa sa
em ơi Đồng Khánh đã là ngày xưa
tôi về xứ Huế chiều mưa
em ơi áo trắng bây giờ ở đâu

Bến Tuần loáng thoáng hàng dâu
em xa vườn lựu từ lâu lắm rồi
lối mòn đá cuội rong chơi
lơ thơ trắng dưới chân đồi hoa mơ

Lan báo hỉ nở tình cờ
bông ngô đồng rụng xuống bờ Hương Giang
chợ chiều bến Ngự chưa tan
ai đi ngược dốc Phú Cam một mình

                                          1976

---

1 Đồng Khánh: tên một trường nữ học nổi tiếng, nay đổi thành trường Trưng
   Trắc.
2 Lan báo hỉ và ngô đồng là những loại cây hiếm còn thấy ở cố đô Huế.

MISSING A FRIEND

The day I returned, Hue drenched in torrential rains.
Dong Khanh now a name of the past.[1]
I return to the old city in the afternoon downpour,
where is the white blouse of yesterday?

The Tuan ferry point still dotted with mulberries,
long ago you left the garden of pomegranates,
the old beaten path covered with pebbles,
the white specks of apricots dotting the foot hills.

The *bao hi* orchid blooms so suddenly,
the sterculia flowers fall on the bank of the River of Perfumes,[2]
the afternoon market at Ngu pier still busy,
a man walks up Phu Cam slope alone.

                              1976

1 Dong Khanh: name of a well-known girls' school at Hue earlier; now renamed
   "Trung Trac" school.
2 The *bao hi* (good tidings) orchid and *cay ngo dong* (the sterculia tree) are two
   rare species still found in the ancient capital.

NGHE TẮC KÈ KÊU TRONG THÀNH PHỐ

Tắc kè...
Tắc kè...
tôi giật mình
nghe
trên cành me góc đường Công lý cũ
cái âm thanh của rừng lạc về thành phố
con tắc kè
sao mày ở đây?

Sáng ra nhìn soi mói mỗi cành cây
chả thấy con tắc kè đâu cả
khi chùm đèn thủy ngân xanh lên trong vòm lá
tắc kè kêu như tiếng vọng về

Chợt hiện về thăm thẳm núi non kia
dưới lá hầm là tăng, là võng
là cơn sốt rét rừng vàng bủng
là muỗi, vắt, bom, mìn, vực sâu, đèo trơn

Những đoàn quân đi xuyên Trường Sơn
ngủ ôm súng suốt một thời trai trẻ
đêm trăn trở đố nhau
bao giờ về thành phố?
con tắc kè nhanh nhảu nói sắp về...

Sắp về!...
Sắp về!...
người bạn tôi rung võng cười khoái trá
ấy là lúc những cánh rừng trút lá
mùa khô năm một nghìn chín trăm bảy tư

Ăn tết rừng xong, từ giã chú tắc kè
chúng tôi xuôi ào ào cơn lũ đổ
các binh đoàn tràn vào thành phố
đang mùa thay lá những hàng me

ON HEARING A CHAMELEON IN THE CITY

Tac ke...
Tac ke...
That noise freezes me.
Listen,
a chameleon clicking in that tamarind tree.
This one jungle sound makes me lose my way.
You, up there, chameleon,
what brings you to this city street?

At first light I search in vain for this chameleon
among the yellow tamarind flowers, streaked with red.
When street lights illuminate the green dome of leaves,
that *Tac ke*— his clicking noise—begins again,

and I slip back into distant mountain scenes,
under the leaves were tunnels, ponchos, hammocks,
and mosquitoes, leeches, bombs, mines, slippery slopes,
and the malaria's jaundiced fits.

Troops pass through the Truong Son mountains
slide into seasons sleeping with weapons
asking if we'll ever see city lights again.
Tac ke answers from above: *sap ve*—returning soon.

Sap ve!...
Returning soon!...
Hammocks quiver—this news has us in an uproar.
The trees quiver too, releasing confetti leaves
during the dry season of 1974.

The last Tet we spend in the jungle. So long, *Tac ke*.
We leave like the rainy season rushing downstream—
an entire army streaming toward the city
where tamarinds have surrendered last season's leaves.

Lá me vàng lăn tăn trải thảm phố hè
chồi xanh lăn tăn nơi đầu cành run rẩy
cơn gió thoảng chút hương rừng đâu đấy
hạt mưa đầu mùa trong suốt giữa lòng tay

Người bạn tôi không về tới nơi này
anh gục ngã bên kia cầu xa lộ
anh nằm lại trước cửa vào thành phố
giây phút lạnh lùng chấm dứt cuộc chiến tranh

Đồng đội bao người không về tới như anh
nằm lại Cầu Bông, Đồng Dù...và xa nữa
tất cả họ suốt một đời máu lửa
đều ước ao thật giản dị
sắp về!...

Qua hai mùa thay lá những hàng me
cái tết hòa bình thứ ba đã tới
chao ơi nhớ tết rừng không hương khói
đốt nhang lên, chợt hiện tiếng tắc kè

Tôi giật mình
nghe
có ai nói ở cành me
sắp về!

tp. Hồ Chí Minh–tết Mậu Ngọ 1978

32

On the streets, tamarinds spread a yellow carpet.
Naked blue-green buds shiver on the limbs.
A hint of jungle wafts in on a fit of wind
and rain begins its season deep inside my gut.

My friend will not return. I saw him slump
on the far side of the bridge. Came all that distance
to arrive lying prostrate at the city's entrance.
In one indifferent instant his war ended.

In the paddies and canefields lie our unreturning,
cut down at Cau Bong, Dong Du...and distant places,
generations whose seasons rained blood and fire;
who shared the same, simple hope:
"*Sap ve*"—returning soon.

I have seen the tamarinds change their leaves twice since.
Now, while I celebrate my third peaceful Tet,
I remember jungle Tets without incense,
the smoke's votive ascent.
A sudden clicking: *Tac ke*.

The noise freezes me.
Listen,
to the voice in the tamarind tree:
Sap ve!

> Ho Chi Minh City, Tet–Year of the Horse, 1978
> (Tenth anniversary of the Tet offensive, 1968)

ÁNH TRĂNG

Hồi nhỏ sống với đồng
với sông rồi với bể
hồi chiến tranh ở rừng
vầng trăng thành tri kỉ

Trần trụi với thiên nhiên
hồn nhiên như cây cỏ
ngỡ không bao giờ quên
cái vầng trăng tình nghĩa

Từ hồi về thành phố
quen ánh điện cửa gương
vầng trăng đi qua ngõ
như người dưng qua đường

Thình lình đèn điện tắt
phòng buyn-đinh tối om
vội bật tung cửa sổ
đột ngột vầng trăng tròn

Ngửa mặt lên nhìn mặt
có cái gì rưng rưng
như là đồng là bể
như là sông là rừng

Trăng cứ tròn vành vạnh
kể chi người vô tình
ánh trăng im phăng phắc
đủ cho ta giật mình

1978

34

MOONLIGHT

Our childhood, we had no time
to spend idling by rivers and seas,
the war so soon upon us. In the jungle
the moon's halo, our only close friend.

Our lives stripped bare under the heavens,
we lived free as the wild grasses;
nothing to miss or forget,
only the moon's pure halo of relationship.

But from the time we came back to the city,
to moviehouses, mirrors, and doors,
we began to believe that the moon's halo
had passed like a stranger across the road.

The light bulb's filament we thought too small
to fill those pitch-black rooms;
we rushed to throw the switch, saw
the full moon's halo in the open window.

Tonight, I lift my face and look
to see if anything still shines,
shines as bright as the ricefield,
bright as the ocean, as the river, the jungle.

Old round moon, so perfectly round,
look down on this indifferent one;
let your light, so calm and silent, absolutely silent,
be enough to awaken me.

                                1978

LỜI RU ĐỒNG ĐỘI

Ngủ đi bạn, ngủ đi anh
cánh tay mình ngả ra thành gối êm
ngủ đi bạn, ngủ đi em
ngủ ngon giấc ngủ gối lên tay mình

Hiếm hoi cái giấc yên lành
hành quân xa lại tiếp hành quân xa
bao anh lính trẻ đã già
chưa sang hết suối, chưa qua hết rừng

Ngủ hầm, ngủ võng, ngủ bưng
gối đầu tay ngủ cầm chừng mỗi đêm
có người ngủ thế thành quen
đã nghe sợi tóc bạc trên tay mình

Trong hầm biên giới Tây Ninh
lặng yên mình ngắm lính mình ngủ yên
bụi đường trắng tóc thanh niên
má này thì lại áp lên tay này

Trái tim đập ở cổ tay
tim ta ru giấc ngủ đầy cho ta
cánh tay cặp khẩu AK
ngày là bệ súng, đêm là gối êm

Ngủ đi anh, ngủ đi em
ngủ ngon giấc ngủ gối lên tay mình

Mặt trận biên giới phía Nam 1978

LULLABY FOR THE SOLDIERS

Sleep well my friends, sleep well my brothers
sleep well, your head on your arm like a soft pillow,
sleep well friends, sleep well younger brothers,
with your head on your arm, fall into a sweet slumber.

How rare a moment of carefree sleep,
days stretch to months, campaigns march into campaigns,
young soldiers turn into old veterans,
yet so many more streams to cross, more forests to pass through.

You sleep under tunnels, on hammocks, in bushes,
on your arm you sleep, keeping watch every night,
so many of you have never slept in a bed
and now you feel your hair turning white in your palm.

In a cave along the Tay Ninh border
I watch the soldiers peacefully sleeping,
the white dust of the road has turned their hair silver;
their cheeks press deep into their arms in slumber.

Their hearts beat close to their wrists;
a soldiers' heartbeat will lull him to sleep,
on the march their arms clasp the AK,
a weapon in the day, a pillow at night.

Sleep well my friends, sleep well my brothers.
On your arms, journey on to a sweet slumber.

On the southern battlefront, 1978

MƯA TRONG NẮNG, NẮNG TRONG MƯA

Bộn bề công việc bấy lâu
hẹn nhau dành dụm cho nhau một chiều
đường nào cũng lắm thương yêu
lối nào cũng đẹp rất nhiều lứa đôi
trong veo là nắng với trời
ngổn ngang thân mến là người với nhau

Chiều đang sâu thẳm một màu
tự dưng lộp độp ngang đầu—ồ mưa!
mưa rào giữa nắng hay chưa
hạt mưa ném thẳng có chừa ai đâu
vội vàng ta nấp vào nhau
mái đầu che lấy mái đầu thoảng hương

—Em đừng trách nhé, em thương
nào ai biết được giữa đường gặp mưa!
tiếng em như tiếng gió lùa:
—Thôi đừng nói giọng người xưa, buồn cười...

Từ môi mưa giọt xuống môi
nhấm chung một hạt mưa rơi mặn mà
áo em ướt lẫn vào da
tóc lẫn vào gió, gió là sợi tơ
mắt em trong đến ngây thơ
trong như nắng giữa mịt mờ mưa giăng...

RAIN IN SUNLIGHT, SUNLIGHT IN RAIN

Weighed down with work many days,
we set aside an afternoon for just the two of us,
what road can stretch without passion,
what path shines without its loving couples,
how clear can the light in the sky be,
how untidy human affection—you and I?

In the late afternoon, the evening light deepens,
over our heads rain patters and falls,
a heavy rain breaking through the sunlight—how startling,
it falls straight down, spares no one,
we huddle fast together, the two of us,
one head covering another—a whiff of perfume.
—Love, there is no blame here,
who can predict a sudden rain!
Your voice whispers as the wind blows,
—Please, darling, that old way of talking, it is no joke...

From one lip droplets fall to another;
we taste the same loving drops.
The wet dress pressed to your skin,
your hair tangled in the wind, the wind's silk threads.
Your eyes clear and innocent,
sunlight in the midst of a sea of rain...

ĐÁM MÂY DỪNG LẠI TRÊN TRỜI

...Để cho dưới đất đám người chạy mưa

Để cho có lúc nương nhờ
mái hiên ai cứ như thừa vậy thôi

Trắng trong từng hạt rơi rơi
để cho em nép vào tôi thế này

Trắng trong từng hạt bay bay
để cho tay chạm vào tay, giật mình

Sấm chi sấm động thình thình
để cho xa lạ mà thành nhớ thương

Người dưng nước lã qua đường
giá không ướt áo dễ thường biết nhau

Bao nhiêu là giọt mưa rào
để cho một giọt rơi vào mắt em

Bao nhiêu người ướt kề bên
để cho mình thấy bình yên quanh mình

Cơn mưa như thể vô tình
sẽ còn mưa bất thình lình trong tôi

Sẽ còn âm ấm mãi thôi
áo em bốc khói giữa trời mưa tuôn

Giá không có những con đường
để cho những cuộc đời thường đi qua

Giá không có mái hiên nhà
Chìa ra như thể thừa ra bên đường...

Mùa hạ 1979

40

PAUSING CLOUD

The cloud in the sky pauses so people can run for cover.

So one must rely on another,
So this veranda, an unnecessary addition.

Transparent and clear the raindrops,
you stand close to evade them.

Transparent and clear the rain falls,
your hand touches mine, an electric current between us.

What kind of thunder to rumble so,
to shorten distance into longing?

Strangers like raindrops passing on the road,
our two drenched shirts driving us together.

So many drops of rain,
one falls in your eyes.

So many hiding in the rain,
we feel safe in numbers.

The rain falls without intentions,
still it will rain suddenly inside me.

A warm touch will cling forever,
your blouse steams in the falling rain.

Were there no roads, how could our lives
make their simple journeys?

Had there been no veranda, jutting
useless into the passing road...

Summer, 1979

ĐÀ LẠT MỘT LẦN TRĂNG

Trăng ảo ảnh lập lờ trong sương trắng
ngọn gió nhà ai thấp thoáng ở bên đồi
tiếng móng ngựa gõ ròn trên dốc vắng
nghe mơ hồ một tiếng lá thông rơi

Em nhóm bếp bằng củi ngo chẻ nhỏ
ngọn lửa lấp đi khoảng vắng giữa hai người
tôi lơ đãng nhìn em nhìn lơ đãng
siêu nước pha trà vừa ấp úng sôi

Em biết chứ, chả ai lơ đãng cả
hòn than kia đang đỏ đến hết lòng
mà ngọn lửa cứ giả vờ le lói
mùi nhựa thông theo sợi khói đi vòng...

1981

DA LAT IN THE MOONLIGHT

The moon's image, illusive, hung in a white mist,
winds blew down from a home dimly lit on the hillside,
the sound of a horse's gallop beat the deserted slope,
somewhere a pine leaf seemed to have fallen.

You lit the cooking fire with finely cut *ngo* wood,
the flame dissolving the space between two beings,
I looked away at you looking away
as the kettle water stammered.

You knew it—no one looked away,
the coals burned red straight through,
but the flames went on lightly flickering,
the scent of pine resin climbing the swirls of smoke,
on and on in circles...

1981

ĐÁNH THỨC TIỀM LỰC

Tiễn đưa anh S.D. đi làm kinh tế

Hãy thức dậy, đất đai!
cho áo em tôi không còn vá vai
cho phần gạo mỗi nhà không còn thay bằng ngô, khoai, sắn...
Xin bắt đầu từ cơm no áo ấm
rồi thì đi xa hơn-đẹp, giàu và sung sướng hơn

Khoáng sản tiềm tàng trong ruột núi non
châu báu vô biên dưới thềm lục địa
rừng đại ngàn bạc vàng là thế
phù sa muôn đời như sữa mẹ
sông giàu đằng sông, bể giàu đằng bể
còn mặt đất hôm nay thì em nghĩ thế nào?
lòng đất rất giàu, mặt đất cứ nghèo sao?

                    *
                *   *

Lúc này ta làm thơ cho nhau
đưa đẩy mà chi những lời ngọt lạt
ta ca hát quá nhiều về tiềm lực
tiềm lực còn ngủ yên...

                    *
                *   *

Tôi lớn lên bên bờ bãi sông Hồng
trong màu mỡ phù sa máu loãng
giặc giã từ con châu chấu, con cào cào
mương máng, đê điều ngổn ngang chiến hào
trang sử đất ngoằn nghèo trận mạc
giọt mồ hôi nào có gì to tát
bao nhiêu đời mặn chát các dòng sông

44

WAKE, WAKE OUR SLEEPING POTENTIALS

Sending S.D. off to do economic planning*

Wake up, land! Wake,
so my sisters won't have to wear mended shirts,
so our families won't have to eat their rice with corn, potato,
                                    and manioc...
Enough rice. Let's begin with that. And enough clothes.
Then go on from there—already better, richer, happier.

They tell us there are hidden minerals in the mountains,
priceless gems under the continental shelves,
vast forests of gold and silver where the alluvium
flows rich like mother's milk, they tell us.
Yes, rivers of riches, oceans of wealth.
But what about the land?
So rich underneath, so poor above?

*

* *

We write our poems,
back and forth, send a sweet word here, an indifferent one there.
We have sung too much about our potential
our potentials are asleep...

*

* *

I grew up on a bank of the Red River,
that alluvial soil so fertile and red, red as dried blood.
Our village's struggles started with grasshoppers and locusts,
drainage ditches, dikes crisscrossing combat trenches,
a land pockmarked by the sites of many old battles.
One drop of sweat isn't much,
but generation after generation the waters of our rivers
were embittered by them.

Bao nhiêu thời vỡ đê trắng đất, mất đồng
thuyền vỏ trấu mỏng manh ba chìm bảy nổi
khúc dân ca cũng bèo dạt, mây trôi
hột gạo nõn nà hao gầy vì thiên tai
đói thâm niên
đói truyền đời
điệu múa cổ cũng chậm buồn như đói...

                      *
                   * *

Tôi đã qua những chặng đường miền Trung bỏng rát
và dai dẳng
một bên là Trường-sơn-cây-xanh
bên còn lại : Trường-sơn-cát-trắng
đồng bằng hình lá lúa gầy nhẳng,
cơn bão chưa qua, hạn hán đổ tới rồi
ngọn cỏ nhọn thành gai mà trốn không khỏi úa
đất nứt nẻ ngỡ da người nứt nẻ
cơn gió lào rát ruột lắm, em ơi!

Hạt giống ở đây chết đi, sống lại
hạt gạo kết tinh như hạt muối
cây lúa đứng lên cũng đạp đất đội trời

                      *
                   * *

Tôi về quê em châu thổ sáng ngời
sông Cửu Long giãn mình ra biển
đất cuồn cuộn sinh sôi và dịch chuyển
cây mắm cây tràm lặn lội mở đường đi

Đất tân sinh ngỡ ngọt ngào trên mặt
lòng còn chát chua nào mặn nào phèn
má sung sức và ba cường tráng thế
man mác âu sầu trong câu hát ru em

46

Year after year, dikes broken, fields swept away,
those flimsy husk-glued round reed boats pushing along the currents.
Folk songs—like the duckweed and clouds—went looking for homes.
The luster of the rice grain lost in the hurricane.
Chronic hunger.
Hereditary hunger.
The ancient dance, slow and sad, hungry too...

                    *
                *   *

Those days I passed along the roads of the country's center—roads
burning hot and unyielding.
On one side: the Truong Son-of-green-leaves.
On one side: the Truong Son-of-white-sand.
The delta, the shape of a wispy rice stalk.
But the storm barely overcomes the drought.
Grass tips sharp as thorns still wither.
Fields can crack like chapped skin.
A wind from Laos cuts to the quick!

Here, seeds die and then grow back.
A grain of rice hardens, crystallizes like a grain of salt.
Rice stalks rise—like heroes standing,
stretching above earth and sky

                    *
                *   *

I came to your village—that jewel in the delta,
the Mekong stretching itself into the sea,
land growing and growing into the horizon,
the *cajeput* and the *mam* trees opening new paths.

That newly reclaimed land was supposed to be like honey,
not bitter like alum, like salt.
Even when a mother is strong and the father's back
ripples with muscles, sadness seeps into their lullabies.

Đã qua đi những huyền thoại cũ mềm
những đồng lúa ma không trồng mà gặt
những ruộng cá không nuôi mà săn bắt
những ghểnh cẳng, vuốt râu mà làm chơi ăn thật
miếng nào ăn không nước mắt mồ hôi!

Ruộng bát ngát đó thôi và gạo đất đó thôi
đất ghiền phân vô cơ như người ghiền á phiện
con rầy nâu khoét rỗng cả mùa màng
thóc bỏ mục ngoài mưa thiếu xăng dầu vận chuyển
phà Cần Thơ lê lết người ăn xin
cây đàn hát rong não nề câu vọng cổ
quán nhậu lai rai—nơi thừa thiếu trốn tìm

                    *
                 *   *

Này, đất nước của ba miền cày ruộng
chưa đủ no cho đều khắp ba miền
ta ca hát quá nhiều về tiềm lực
tiềm lực còn ngủ yên.

                    *
                 *   *

Lúc này tôi làm thơ tặng em
em có nghĩ tôi là đồ vô dụng?
vô dụng lấy đi của cuộc sống những gì?
và trả lại được gì cho cuộc sống?

Em có nghĩ tôi là con chích chòe
ăn và gại mỏ?
Em có nghĩ tôi là tay chuyên sản xuất hàng giả?

Em có nghĩ tôi là kẻ thợ chữ đục đẽo nát cả giấy
múa võ, bán cao trên trang viết mong manh?

48

Gone, gone those stale fairy tales,
those mythic fields no one plants but only harvests,
fish ponds no one feeds but whose stock is abundant,
the do-nothing easy life where fruit falls soft from the tree,
no hardness, no tears, no sweat!

Yes, a great expanse of field, but the rice expensive.
Land hungers for fertilizer like an addict for a fix.
The brown beetles can eat a whole harvest.
Rice can lie rotting in the rain for lack of fuel or transport.
Beggars swarm at the Can Tho ferry.
The guitar strikes the mournful song of the southern opera.
Drinkers—in need or rich—gather in many places all around.

*

*　*

Listen, land of the three rice-growing regions,
rice is still short for us all.
We have sung too much in praise of our potentials,
our potentials are asleep.

*

*　*

Now, when I write you a poem,
do you think me a worthless person?
What can a worthless man take from the world?
What can he return to the world?

Do you think I am some magpie,
just eating and cleaning its beak?
Do you think I am a professional counterfeiter, a maker
of fake goods?

Do you think I am a word maker, who carves and chisels
                              until the paper is crushed,
maker of some shadowbox, at auction for the highest bidder,
                              the slender pages?

tình nghĩa nhập nhằng với cái hư danh?...
tờ giấy chép văn thành tờ giấy bạc?
Em có nghĩ...
mà thôi!

*

* *

Xin em nhìn kia—người cuốc đất
(tôi cũng từng chai tay cuốc đất)
cái cuốc theo ta đời này, đời khác
lưỡi cuốc nhỏ nhoi liếm sạch cánh đồng rồi
dướn mình lên cao
chĩa cuốc lên trời
bổ xuống đánh phập
đẹp lắm chứ cái tạo hình cuốc đất!

Xin em nhìn—người gánh phân, gánh thóc
(tôi cũng từng mòn vai gánh phân, gánh thóc)
kẽo kẹt hai vai một nhịp cầu vồng
đẹp lắm chứ cái tạo hình gồng gánh

Những cái đẹp thế kia...em có chạnh lòng không?
cái đẹp gợi về thuở ngày xưa ngày xửa
nhịp theo tiết tấu chậm buồn
cái đẹp ấy lẽ ra không nên tồn tại nữa!
Em có chạnh lòng chăng
giữa thành phố huy hoàng bạt ngàn quán nhậu
bỗng hiện lù lù cái xe hơi chạy than
vệt than rơi tóe lửa mặt đường

Em có chạnh lòng chăng
xích lô đạp ngày càng nghênh ngang
xích lô máy và xe lam chạy dầu vừa nã đại liên vừa phun
khói độc
người đi bộ vừa đi vừa nghĩ về tiềm lực
tiềm lực còn ngủ yên...

My love and loyalty are they mixed up with vanity?...
The written page is it a dollar bill?
Do you think...
well, enough of this!

*
* *

Please, my sister, look—that one with the hoe.
(I have grown callous hoeing the earth)
The hoe follows us generation after generation,
its small tongue swallows the whole field
up through its body.
The hoe pointed straight at the sky
down it stabs.
What beauty—the shape of hoeing!

 Please look, my sister—the waste carrier, the rice carrier,
(I have worn out my shoulder carrying waste and rice)
The pole rhythmically creaking, arced over the shoulder,
what beauty—the shape of pole-carrying.

The shapes beauty takes...do they cause pain?
That beauty calling back times past
in a mournful slow melody, such beauty should no longer exist!
Do you feel hurt in the middle of the bright-lit city,
its streets dotted with drinking holes?
A coal-driven car suddenly appears,
sparks of burning coal light the road.

Do you feel hurt
when the cyclo drivers become more and more brazen,
when the diesel-driven pedicab and the three-wheeled Lambretta
sound like heavy machine-gun fire,
streaming toxic exhaust smoke behind them.
The pedestrian walks and thinks about potentials
our potentials are asleep...

Tôi trót sinh ra nơi làng quê nghèo
quen cái thói hay nói về gian khổ
dễ chạnh lòng trước cảnh thương tâm

Làng tôi ngày xưa toàn nhà tranh vách đất
bãi tha ma không một cái mả xây
mùa gặt hái rơm nhiều, thóc ít
lũ trẻ chúng tôi vầy đất tối ngày

Thuở tới trường cũng đầu trần chân đất
chữ viết loằng ngoằng củ sắn, ngọn khoai
thầy giáo giảng rằng
nước ta giàu lắm!...
lớp lớp trẻ con cứ thế học thuộc bài.

Lúc này
tôi và em không còn là lũ trẻ con nữa
ta đã biết buồn để biết lạc quan
và, để nhắn lại sau ta cho lớp lớp trẻ con
(dù sau này dầu mỏ đã phun lên
quặng bô-xít cao nguyên đã thành nồi thành soong,
thành tàu bay hay tàu vũ trụ...
dù sau này có như thế...như thế...đi nữa
thì chúng ta vẫn cứ nên nhắn lại)
rằng
đừng quên đất nước mình nghèo!

Lúc này
tôi và em không còn là lũ trẻ con nữa
tuổi thanh xuân trọn vẹn cuộc chiến tranh
sau lưng ta là kỷ niệm bi tráng
trước mặt ta vẫn con đường gập ghềnh
vẫn trang trọng tấm lòng trung thực

52

I was born in a poor village,
got into the habit of talking about hardship
was easily touched by heart-rending sights.

My old village, nothing but thatched roofs and mud walls.
A cemetery with no brick tombs.
Our harvest brought lots of straw, little rice.
Children, we spent our time playing in the mud,
went to school hatless and barefoot.
The words we learned looked crooked
like the manioc and potato leaves.
Our teacher taught us
our country is blessed with great wealth!...
One class after the other, pupils learned the phrase by heart.

*
* *

Now
you and I are no longer children.
We learn to be both sad and hopeful,
pass the word on to the class after us...
even if tomorrow the oil fields shoot up,
the highland bauxite turn into pots and pans,
into airplanes or into spaceships...
even tomorrow if things are like that,...like that,
we still should say
don't forget that our country is poor!

Now
you and I are no longer children.
Our youthful seasons were spent in the war,
behind our backs now those long elegies and memories,
ahead of us stretches a bumpy road.
We must honor truthfulness.

dù có thể lỗi lầm—làm thế nào mà biết trước
dù có sao thì cũng phải chân thành

Xưa mẹ ru ta ngủ yên lành
để khôn lớn ta hát bài đánh thức
có lẽ nào người lớn cứ ru nhau
ru tiềm lực ngủ vùi trong thớ thịt.

*

* *

Tiềm lực còn ngủ yên
trong quả tim mắc bệnh đập cầm chừng

Tiềm lực còn ngủ yên
trong bộ óc mang khối u tự mãn

Tiềm lực còn ngủ yên
trong con mắt lờ đờ thủy tinh thể

Tiềm lực còn ngủ yên
trong lỗ tai viêm chai màng nhĩ

Tiềm lực còn ngủ yên
trong ống mũi khò khè không nhận biết mùi thơm

Tiềm lực còn ngủ yên
trong lớp da biếng lười cảm giác

Năng động lên nào
từ mỗi tế bào, từ mỗi giác quan
cố nhiên cần lưu ý tính năng động của cái lưỡi

We may make mistakes—who can predict the future,
but regardless, honesty is required.

In the old days, our mothers sang us to sleep
so we could sing the songs of awakening when we grew up.
But now how can we keep on singing to each other,
lulling our potentials into sleep.

*
*   *

Our potentials are asleep
in hearts that suffer from halfheartedness.

Our potentials are asleep
in brains filled with arrogance.

Our potentials are asleep
in eyes dulled and hard as crystal glass.

Our potentials are aslecp
in ears hot with inflammation.

Our potentials are asleep
in noses too stuffy to smell the sweet fragrance.

Out potentials are asleep
in skins too lazy to feel.

Wake up, wake up
every cell, every organ of sense,
Especially, please pay special attention,
wake up to the voluble nature of the tongue

Cần lưu ý
lời nói thật thà có thể bị buộc tội
lời nịnh hót dối lừa có thể được tuyên dương
đạo đức giả có thể thành dịch tả
lòng tốt lơ ngơ có thể lạc đường

Cần lưu ý
có cái miệng làm chức năng cái bẫy
sau nụ cười là lởm chởm răng cưa
có cái môi mỏng hơn lá mía
hôn má bên này bật máu má bên kia
có trận đánh úp nhau bằng chữ nghĩa
khái niệm bắn ra không biết lối thu về

Cần lưu ý
có lắm sự nhân danh lạ lắm
mượn áo thánh thần che lốt ranh ma
nhân danh thiện tâm làm điều ác đức
rao vị nhân sinh để bán món vị mình

Cần lưu ý
có lắm nghề lạ lắm
nghề mánh mung cứa cổ bóp hầu nhau
nghề chửi đổng, nghề ngồi lê, nghề vu cáo
nghề ăn cắp lòng tin và chẹt họng đồng bào
có cả nghề siêu nghề gọi là nghề không làm gì cả
thọc gậy bánh xe cũng một thứ nghề...

Bộ sưu tập những điều ngang trái ấy
phù chú tà ma ru tiềm lực ngủ mê

*
* *

Please pay attention.
Frank words could be prosecuted.
Flattery could be commended.
Moral pretension can be a plague.
Naive good-heartedness can lead us astray.

Please pay attention.
The mouth can also function as a trap,
behind the smile saw-teeth bristle.
A lip can be thinner than a sugarcane leaf.
Kiss one side of the cheek, the other side spurts blood.
Many an ambush uses words.
Once fired, they never come back.

Please pay attention.
There are many strange acts done by those acting.
The gods' borrowed robes camouflage deviltry.
Evil is committed on behalf of good.
We proclaim for-others in order to sell for-me-ism.

Please pay attention.
Many strange occupations arise.
Buyers of connections to squeeze and cut throats,
goaders and insulters, gossipers, making false accusations,
stealers of faith who strangle hope by the neck,
a super-profession called a nonprofession—do nothings.
Even stirring up trouble's become a trade...

What if we round up all these transgressors,
the sorcerer's spells will still lull our potentials to sleep.

*
* *

Tôi muốn được làm tiếng hát của em
tiếng trong sáng của nắng và gió
tiếng chát chúa của máy và búa
tiếng dẻo dai đòn gánh nghiến trên vai
tiếng trần trụi của lưỡi cuốc
lang thang
khắp đất nước
hát bài hát
ĐÁNH THỨC TIỀM LỰC...

tp. Hồ Chí Minh 1980-1982

*
* *

I want to be the voice for the song,
I want to be the pure clear voice of wind and sunlight,
the hard beat of machine and hammer,
the light bend of the carrying pole pressing against the shoulder,
the naked thrust of the hoe
wandering
all over the land,
singing this song,
WAKE, WAKE OUR SLEEPING POTENTIALS...

Ho Chi Minh City, 1980-1982

Translators' Note:
*S.D. is Sau Dan, the *nom de guerre* of former Prime Minister Vo Van Kiet. In 1980 he was promoted from Ho Chi Minh City Party Secretary to Chair of the Commission for Economic Planning. Before leaving for Hanoi, he held a private meeting with a group of local writers. It was in this meeting that Nguyen Duy read this extraordinary poem.

SÔNG THAO

Sông Thao thêm một lần tôi tắm
thêm một lần tôi đến để rồi đi
gió cứ thổi trống không ngoài bãi vắng
tôi nhìn em để không nói năng gì

Tôi gửi lại đây cái buồn vô cớ
để mang về cái nhớ bâng quơ
xin chớ hỏi tại làm sao như vậy
tôi vốn không rành mạch bao giờ

Em đưa tiễn bước chân gìn giữ lắm
hạt mưa dùng dằng ngọn cỏ ven đê
yêu mến ạ xin đừng buồn em nhé
giòng nước trôi đi, giọt nước lại rơi về...

1980

THAO RIVER

Once more I swim in the Thao river,
once more I return; once more I'll have to leave.
The wind blows fiercely on the deserted shores;
I keep looking at you in silence. I cannot find the words.

When I go I'll leave behind a nameless sadness,
carry away a longing without a name.
Don't ask me why this happens,
I have never been able to explain a single thing.

When you see me off, I hear your faltering steps,
raindrops aren't sure why they fall.
Love, my dearest love, don't be sad,
the river flows off, but a drop of water returns in the rain...

1980

ĐÒ LÈN

thuở nhỏ tôi ra cống Na câu cá
níu váy bà đi chợ Bình Lâm
bắt chim sẻ ở vành tai tượng phật
và đôi khi ăn trộm nhãn chùa Trần

thuở nhỏ tôi lên chơi đền Cây Thị
chân đất đi xem lễ đền Sòng
mùi huệ trắng quyện khói trầm thơm lắm
điệu hát văn lảo đảo bóng cô dồng

tôi đâu biết bà tôi cơ cực thế
bà mò cua xúc tép ở đồng Quan
bà đi gánh chè xanh Ba Trại
Quán Cháo, Đồng Giao thập thững những đêm hàn

tôi trong suốt giữa hai bờ hư—thực
giữa bà tôi và tiên phật, thánh thần
cái năm đói củ dong riềng luộc sượng
cứ nghe thơm mùi huệ trắng hương trầm

bom Mỹ dội—nhà bà tôi bay mất
đền Sòng bay, bay tuốt cả chùa chiền
thánh với phật rủ nhau đi dâu hết
bà tôi đi bán trứng ở ga Lèn

tôi đi lính...lâu không về quê ngoại
dòng sông xưa vẫn bên lở bên bồi
khi tôi biết thương bà thì đã muộn
bà chỉ còn là một nấm cỏ thôi!

Quê ngoại 9.1983

DO LEN

When I was a boy I spent my days fishing at the Na Brook
or holding my grandmother's skirt in Binh Lam market
or catching sparrows on the great Buddha's ears
or stealing longans from the Tran Pagoda.

At night I played barefoot at the Cay Thi shrine
joined the crowds at the Song temple festival,
the white lilies smelled sweeter in the incense smoke,
the medium staggering in pace with the old songs.

I didn't think of her hard life then: how my grandmother
scooped prawns and groped for crabs in the Quan field,
how she wobbled with those baskets of green beans
                                        on her shoulders
going to Ba Trai, Quan Chao, Dong Giao, cold freezing nights.

I lived between the banks of truth and untruth,
between my grandmother and angels, buddhas and gods.
I remember the year of famine and the *dong* roughly cooked,
did I smell the fragrance of incense and white lilies then?

But soon the bombs began falling. My grandmother's house
                                        blew away,
the Song temple blew away, the pagoda blew away,
the gods and buddhas left together,
my grandmother sold eggs at the Len train stop.

I joined the army...traveled far from my village many years,
the old river with one bank crumbling, one bank built up.
I found my love for my grandmother too late,
a grassy mound all that was left.

                            Mother's village, 9/1983

CẦU BỐ

Ai qua Thanh Hóa về Quảng Xá
men rượu là hương vị của làng tôi
nhắc cầu Bố chắc nhiều người còn nhớ
đình nhà Lê rêu phủ đã bao đời

Nhà tôi đó...không cổng và không cửa
ai ghé qua cứ việc hút thuốc lào
cha tôi trổ rất nhiều cửa sổ
gió nồm nam thoải mái ra vào

Đường làng tôi tiếng xe thồ lọc xọc
chiếc xe thồ từng đẩy tới Điện Biên
ngược dòng sông Mạ lên Tây Bắc
ai xuôi về cũng sốt kinh niên

Những năm bom đạn như gieo mạ
lại chiếc xe thồ đi về Nam
cha tôi qua cầu Bùng cầu Ghép
tôi nhìn theo chớp lửa nhập nhoàng

Cỏ đã mọc ai còn thấy nữa
vết xe thồ vẹt đỉnh Trường Sơn
ai thấy nữa ông già đầu bạc xóa
đẩy xe thồ ngang dọc lũng Tà Cơn

Cha tôi đó...dân làng tôi đó
xả hết mình khi nước gặp tai ương
rồi thanh thản trở về với ruộng
sống lặng yên như cây cỏ trong vườn

Cha tôi đó...suốt đời thồ nặng
trĩu cả hai vai việc nước—việc nhà
bom rồi bão...mấy lần nhà sập
lụi cụi tuổi già...con cháu đi xa...

THE FATHER'S BRIDGE

You who pass through Thanh Hoa on the way to Quang Xa,
you will know by the smell of brewing yeast my village's aroma,
and when you come to the Cau Bo bridge, there you may remember
the Le temples, now green with hundred-year mosses.

My house is there...it has no door, no gate,
whoever comes by is welcome to come in and smoke the waterpipe,
my father cut many windows,
the southern wind blows gently through them.

Outside, the old horse carts rumble along the village road,
the same contraptions they used to reach Dien Bien,
took from the Ma River upland to Tay Bac,
then returned back downriver, their bodies shaking
                                                    with malaria fits.

Those years bombs fell like rice seedlings
the horse carts went South,
my father left by the Bung and the Ghep bridges,
I stared after him in the twilight's lightning.

Now grass covers over the old paths—
erases the tracks that gnawed at Truong Son peaks,
who remembers an old man with snow-white hair
pushing his cart all over Ta Con valley?

But that was my father...like so many villagers
risking everything when the land was at stake,
then with such quiet ease going back to the fields,
living peaceful as the garden grass.

My father...a lifetime of heavy carting,
shoulders bent to duties to home and the land
through bombs and storms...several times the house collapsing,
alone in old age...all the children gone...

Ngày họp mặt...cha già như trẻ lại
bếp rượu giữa nhà và bè bạn vây quanh
con đường chiến tranh còn ngoằn ngoèo trong ruột
càng thêm say hương rượu nếp thanh bình.

Quê nội 9.1983

When we meet...the meeting makes him look younger,
friends all around, a wine fire lit in the house,
the war paths run their crooked lines still inside us,
so much sweeter the rice wine aroma in peace.

Father's village, 9/1983

NGỒI BUỒN NHỚ MẸ TA XƯA...

Bần thần hương huệ thơm đêm
khói nhang vẽ nẻo đường lên niết bàn
chân nhang lấm láp tro tàn
xăm xăm bóng mẹ trần gian thuở nào

Mẹ ta không có yếm đào
nón mê thay nón quai thao đội đầu
rối ren tay bí tay bầu
váy nhuộm bùn áo nhuộm nâu bốn mùa

Cái cò...sung chát đào chua...
câu ca mẹ hát gió đưa về trời
ta đi trọn kiếp con người
cũng không đi hết mấy lời mẹ ru

Bao giờ cho tới mùa thu
trái hồng trái bưởi đánh đu giữa rằm
bao giờ cho tới tháng năm
mẹ ra trải chiếu ta nằm đếm sao

Ngân hà chảy ngược lên cao
quạt mo vỗ khúc nghêu ngao thằng Bờm...
bờ ao đom đóm chập chờn
trong leo lẻo những vui buồn xa xôi

Mẹ ru cái lẽ ở đời
sữa nuôi phần xác hát nuôi phần hồn
bà ru mẹ...mẹ ru con
liệu mai sau các con còn nhớ chăng

Nhìn về quê mẹ xa xăm
lòng ta—chỗ ướt mẹ nằm đêm mưa
ngồi buồn nhớ mẹ ta xưa
miệng nhai cơm búng lưỡi lừa cá xương...

tp. Hồ Chí Minh–Mùa thu 1986

68

A SONG FOR MOTHER...

White lilies fragrant in the night
joss sticks spiraling to heaven,
ends stained in ashes. In a moment
my mother returns, takes back the world.

Mother, you never owned a fancy dress
no *quai thao*, you wore a simple conical hat,
your hands knotted with pumpkins and gourds,
a muddy skirt, shirts dyed four seasons in brown.

Storks...bitter figs...tart peaches...
words carrying off words mother sang to the sky,
days and years may pass,
but a mother's lullabies never die.

When will autumn come again,
grapefruits swing back and forth in a full moon,
when will the month of May return,
mother spread mats for us to lie out on and count stars?

The milky way floats higher and higher,
Thang Bom hums on the moon strumming his areca fan,
fireflies skim and flicker on ponds,
clear as water, our joys and sorrows send out their ripples.

Mother sings the ways of the world,
milk nurses the body, lullabies nurse the soul,
Grandma sings to mother...mother sings to us,
but who will my children sing to in their turn?

My mother's village shrouded in a blue mist,
my heart—the leaky spot where she slept at night,
in sorrow, I long for my mother—the days long ago,
that pasty rice she chewed for us, the fish her tongue deboned...

Ho Chi Minh City, Fall 1986

MỘT GÓC CHIỀU HÀ NỘI

Hồ Gươm xanh màu xanh cổ tích
con rùa vàng gửi bóng ở trên mây
cây si mọc chúc cành xuống nước
Thê Húc cong cong một nét lông mày

Tóc em dài cho ta nhìn thấy gió
áo em bay cho mờ tỏ thân hình
em sâu sắc như kinh thành cổ kính
gốc si già da mốc ngói rêu xanh

Em nhẹ nhõm đi về trong phố cũ
tường nhà lở vôi cửa gỗ bức bàn
ta lặn lội như một thằng ăn trộm
nơm nớp lo mình bị bắt quả tang

Lần lữa mãi thế là ta lỡ dại
để giành thành mất cắp cả tình yêu
thế là ta mồ côi em mãi
cái vu vơ chết đuối dưới sương chiều

Cửa gỗ cài then...bóng em mất hút
xe cúp đã thay cho ngựa tía võng điều
ta trở lại gốc si già...và làm lại
làm thơ tình tặng những lứa đang yêu...

Mùa hạ 1986

70

AN AFTERNOON MOMENT IN HANOI

The Sword Lake sparkles green in moss of legend,
the yellow turtle edges his shadow forward through the clouds,[1]
the old *si* tree dips its branches into the water,
the Tay Huc bridge bends like an eyebrow

and your hair flows. I see the wind pass through it,
your dress flutter. I can dimly divine your shape,
but you, you are as unfathomable as the old citadel
as the *si* bark grown green with age.

You walk softly off to the streets of the old quarter—
its peeled walls, old wooden doors, wobbly tables.
I move like a thief,
fear I'll be caught red-handed.

I have been a fool to keep putting things off,
while I thought I'd saved it, love has been stolen from me,
now I will be an orphan forever
drowning in the mist of the afternoon.

The latch shut on the door...you are nowhere to be seen,
no more the red hammocks and purple horses,
                    the scooter takes their place,[2]
I return to the foot of the old *si* tree's spreading roots...to begin again,
write poems for hearts falling in love...

                              Summer, 1986

---

1 According to legend, during the 15th century a turtle surfaced in the lake to
  offer Le Loi a sword. Thanks to that sword, Le Loi succeeded in driving out the
  Chinese troops to found the Le dynasty. Later, when he was boating on the
  lake, the turtle resurfaced to retrieve the sword. Hence the name Ho Hoan
  Kiem, or the Lake of the Returned Sword, or in short, Ho Guom, or the Sword
  Lake.
2 During the feudal period, after a student passed the national examination, he
  would return to his village in pomp with purple horses and red hammocks.

GỬI VỀ LAM SƠN

Em thanh xuân như ngày xưa của anh
dưới sân trường có một có một viên sỏi xanh rất nhỏ
anh cất dấu tuổi trẻ của mình ở đó

Có khi nào em xới cỏ vườn trường
mảnh ốc xa cừ lóng lánh ánh lửa
anh cất dấu tuổi trẻ của mình ở đó

Em còn đi ngang dòng nông giang
hòn đá tảng kê làm bậc rửa chân
anh cất dấu tuổi trẻ của mình ở đó

Cái hố tránh bom anh đào trước nhà Dòng
ẩn nấp cùng anh có một người bạn nữa
anh cất dấu tuổi trẻ của mình ở đó

...Tuổi trẻ anh áo nâu chân đất
bữa cháo, bữa khoai, đi cày và đi học
bụng cồn cào con chữ chạy xiêu xiêu

Đâu rồi...lũ bạn trai trời đánh thánh vật
ông Dậu lao công quang quác la
nhất quỉ nhì ma, thứ ba học trò!...

Đâu rồi lớp học đêm le lói đèn dầu
tiếng phản lực xẹt ngang bài thơ cổ
những câu thơ đầu tiên lặng lẽ gửi loài người

Đâu rồi...phút chia li không ai tiễn đưa
trường sơ tán vào Đông Văn , Đông Phú
lũ anh đi mỗi đứa một chiến trường

Đâu rồi...đứa xanh cỏ, đứa đỏ ngực
đứa thành lãnh đạo đứa về làm thuê
còn anh nghễnh ngãng làm nghề mộng du

TO LAM SON WITH LOVE

You, the springtime holder of my past,
in the school yard a small pebble lies buried,
there my youth is hidden.

Did you ever dig up the grass in the school garden,
find a piece of mother-of-pearl that sparkled like a flame,
there my youth is hidden.

Did you ever cross the paddy field
to where a large rock stands as a washing station,
there my youth is hidden.

The bomb shelter I dug in front of the monk's house
where I shared my hole with a friend,
there my youth is hidden.

...My youth, with brown-dyed shirts, bare feet,
with broth, potatoes, with tilling and school,
my lettering swinging back and forth with my rumbling stomach.

Where is it now...where my childhood wrestling partners,
Mr. Dau, our caretaker with his booming voice.
"First the devils," he chided, "then you pupils!"

Where is it now...the night classes dimly lit with oil lamps,
the jets streaking across the sky, across our classic poems,
the first lines of poetry dedicated in silence to mankind.

Where is it now...the day of leaving, no one to see us off,
the school evacuated to Dong Van, Dong Phu,
each of us wandering off to our different battlefields.

Where are they now...friends buried under the earth,
                              friends wounded in the chest
some high on the ladder of officialdom, some who work for hire.
I absentmindedly signed up as a somnambulist.

Chiến tranh đi qua—thời trai anh đi qua
những ngã đường mịt mù thăm thẳm lắm
về lại trường xưa tìm lại chút ngày xưa

Sẽ còn mãi những gì không thể mất
em vô tư đâu có thấy anh nhìn
kỷ niệm anh chìm lấp dưới chân em

Em có bắt được thì cho anh xin
anh ngắm lại chứ không sao lấy lại
mảnh vụn thời gian chắp nối đời người

Thế nào em cũng lặp lại anh thôi
phân xử buồn vui từng mẩu quá khứ
em thanh xuân như ngày xưa của anh ơi...

Tháng 7.1986

74

Passing through the war—passing through my life,
the dark long pathways clouded in bomb smoke,
returning to the old school looking for the old days.

Things that can't be lost will always remain.
You, carefree soul, you do not see me yet,
all my memories hidden under your feet.

If you find them, please bring them to me.
I will only look at them, I won't ask them back,
all the broken shards that make a life.

You will surely find a part of me there unchanged,
a part lifted from those joys and sorrows of the shattered past,
you springtime holder of my youth...

7/1986

TƯỞNG NIỆM

> Được tin lễ cải táng di hài vua Duy Tân
> ở Huế mà có thơ rằng...

Ước chi tới bến sông Hương
đốt nhang mà lạy nắm xương lưu đày
thế là đã trở về đây
một con người tận chân mây cuối trời

Tấm thân phiêu dạt quê người
linh hồn vẫn ở lại nơi quê nhà
ngai vàng vừa cũ vừa xa
ánh vàng vương miện cũng là hư không

Mặt trời vẫn mọc đằng đông
lăng minh quân vẫn dựng trong lòng người
bao triều vua phế đi rồi
người yêu nước chẳng mất ngôi bao giờ...

tp. Hồ Chí Minh tháng 4–năm Đinh Mão (1987)

IN MEMORIAM

On the occasion of the reburial
of King Duy Tan in Hue...

I wish I could go to the Perfume River
to light joss sticks for those banished bones,
so finally, you've come home,
the bones of a man exiled to the end of the earth.

A lonely figure in a foreign land,
your soul still held fast to its native soil,
your throne too far away and gone,
gold of your crown anointing a grain of nothingness.

The sun still comes up in the east,
heaven's monument lies within a man's heart,
dynasties come and go,
a patriot never loses his throne—never...

Ho Chi Minh City, 4/1987

BẤT CHỢT

Người con gái chợt qua đường
áo em mong mỏng màn sương núi đồi

Chợt rơi lại một nụ cười
và...sương rười rượi một trời phía sau

Đem nhan sắc tặng cho nhau
em giăng cái đẹp ngang cầu ban mai

Chả riêng ta...chả riêng ai
để heo hút gió thở dài trên cây

Sớm nay ra ngõ gặp may
ước chi...mai lại người này đi qua...

                              Mùa xuân 1987

SUDDENLY

A young girl crosses the road and suddenly
a thin coat of longing, like a veil of mist

on a distant mountain, falls away from one brief smile
... a thickening fog deepens the sky she walks out of.

She carries her beauty like a gift she offers.
I want to stretch it all across the morning.

Not ours...not anyone's...
What makes the wind sigh out over the trees?

To go out the gate so early, and to be so lucky,
to wish for something...tomorrow again she'll cross.

Spring, 1987

Đãi Cát Tìm Vàng/Panning for Gold
1987

ĐỨNG LẠI

—Đứng lại!...
hắn chạy trước tôi chừng ba bước
cái thằng biệt động quân non choẹt
chính cái thằng bắn sượt thái dương tôi

Ngón tay tôi căng thẳng trên nấc cò
băng đạn AK va bụng tôi tấm tức
chỉ cần nửa tích tắc
Không! Một phần mười tích tắc thôi
ngón tay tôi khẽ nhích nửa li
thì hắn không được làm người nữa

—Đứng lại!
Hắn vẫn cắm cổ chạy
tôi vẫn lăm lăm khẩu súng rượt theo
đuổi bắt thật vất vả hơn nhiều
so với ấn nấc cò một phần mười tích tắc

Điều đó tôi rất biết
cũng như tôi rất biết điều này
nếu chẳng may có sự đảo ngược
tôi tay không—phía trước
hắn lăm lăm khẩu M16—đuổi sau
có thể tôi đã hết làm người
chỉ cần một phần mười tích tắc

Băng đạn đầy đập bụng tôi tấm tức
đập mạnh hơn lại là tiếng tim tôi :
"giết chết hắn dễ thôi
cứu hắn sống đời người—mới khó..."

Giết chết hắn—dễ thôi
cứu hắn sống đời người—mới khó...

STOP

Stop!...
He ran three steps ahead of me,
a ranger with the face of a child,
his shot just missed my temple.

My fingers tightened on the trigger,
the AK's clip pressed to my stomach,
only half a second.
No! Only a tenth of a second.
If my finger moved half a millimeter
he'd be dead.

Stop!
He kept running.
I kept running after him, rifle ready,
chasing him was much harder
than pulling the trigger. A tenth of a second was all it would take.

I knew that so well,
just as I knew
if the situation had been reversed,
and I ran in front empty-handed,
and he ran behind, M16 in hand,
very likely I'd have been dead,
life and death crossing in a tenth of a second.

The clip pressed hard to my stomach,
beating harder, a disquieting thought:
"it's easy to kill him,
to save him is harder..."

"It's easy to kill him,
save him, it's harder..."

Tiếng gọi đó giục tôi vượt lên
vượt lên...
vượt lên
với tất cả sức mình
bắt được hắn
đứng lại!

Mặt trận Quảng Trị 1972

The thought ran through me,
forward...
forward,
with all my strength,
I forced him
to stop!

Quang Tri Campaign, 1972

Ánh Trăng/Moonlight
1987

ÔNG GIÀ NAM BỘ

Ông già giống cha tôi quá thể
đi làm đồng có xị đế dắt lưng
đang mùa cày không ngày nào bỏ buổi
khách đến thăm tìm chủ ở ngoài đồng

Khoanh rắn hổ nướng vàng trên lửa rạ
thịt rắn xé trắng ngần mâm lá sen xanh non
rượu trong veo muối tiêu và ớt đỏ
chủ khách cụng ly nơi bờ cỏ chân cồn

Trôi dạt theo sông về đây cày cấy mướn
sống giang hồ trên đồng ruộng bao la
hỏi gia sản một đời đâu cả
người chỉ tay vào bụng cười khà

Qua ngẫm chán sống nghĩa là xả láng
ăn hết nhiều chứ ở hết bao nhiêu
nhà cửa tà tà che lá dừa lá mía
nón áo khỏi lo nhưng nhậu phải đều đều

Ai nghèo thiếu qua nhường cơm xẻ áo
bụng người sôi cũng sôi giống bụng ta
ki cóp một thân làm chi cho cực
giàu ở lòng còn đẹp ở thịt da

Chủ giục khách nhậu đi đừng hỏi nữa
việc bán lúa dư đăng báo chi cho phiền
dư ít nuôi làng dư nhiều nuôi nước
thành tích đéo gì mà phải nêu tên

Giốc chai đế người cười vang tiễn khách
lại tự nhiên cầm lái máy cày
máy cũ kĩ sắm từ thời cũ kĩ
gió chướng nồng nàn râu tóc phất phơ bay

THE OLD MAN IN THE SOUTH

The old man looked so much like my father,
off to work the field, a whisk of wine rice tucked in his belt,
he never missed a day in tilling season,
then visitors had to look for him in the paddy field.

A rattlesnake barbecued bright on a bed of straw fire,
its white meat rolled up in green lotus leaves,
clear wine, black pepper and red relish,
we toasted each other right by the roadside grass.

Pushed along with the river current, he came to this nook,
a hired hand working the vast rice fields,
where do you hide your life's bundle, I asked him,
he laughed out loud, pointed to his stomach.

"That kind of thing bores me...life worth living has no constraints,
finding food may take some doing, but getting shelter's always easy:
sugarcane, coconut leaves easily make a roof for a hut;
shirts and hats I can do without, but not drinking daily with friends.

"Whoever's poor I'm glad to share my rice and rags.
I know how their stomachs growl: the same way mine does,
no sense to be so frugal, the skin may be soft and radiant
but true wealth is found in the heart."

He urged me to sip, ask no more questions. "My bumptious harvest
is nothing," he said, "no need to print it in the newspaper,
a little extra I'll share with my villagers; more I'll share with the state,
no need to write my name anywhere..."

He emptied the flask, sent me away with a laugh,
his hand back on the rough handle of the plow,
an old plow bought years and years ago,
the crosswinds blew, his hair and beard fluttered.

Lòng thênh thang ngổn ngang như ruộng
tình người chứa chan cơn gió chướng trên đồng
tôi ngoảnh lại ngắm ông già Nam Bộ
buổi trưa này đủ nhớ một đời không?

Sông Hậu 1997

A heart as vast and as unordered as the rice paddy,
feelings as wild as the field's harsh winds,
I turned my head to have another glimpse of the man of the South,
an afternoon I'd never forget.

Hau River, 1977

Đường Xa/Distant Road
1989

GẶP MỘT NGƯỜI LÍNH TRẺ

Chiều Vê-Đê-En-Kha
ngân ngơ người lính Nga
à, chú mày còn non hơn thằng em út ta

Chú mày đẹp như một dáng cây cảnh
cây xương rồng nhú gai
lúc cần có thể làm bờ rào

Để ta nhớ lại xem nào
trang sách cũ mùi thuốc súng khét lẹt
hình như ta đã gặp
ông nội chú mày trong đại chiến thứ nhất
ông già chú mày trong đại chiến thứ hai

Bây giờ
chú mày đẹp như cây xương rồng nhú gai

Ta từ phương Nam lên phương Bắc
chú mày tân binh ta cựu binh
để ta kể vài câu chuyện trận mạc

Mà thôi
ta kể về miệt vườn nhiệt đới
ổi rất thơm và xoài chín rất vàng
lá dừa xòe xanh nắng chói chang

Mỗi phút thanh bình thật đắt giá
làng quê ta vừa qua thời tan hoang
những giọt máu nặng như chùm quả

Thanh bình thay chiều Mát-xcơ-va
ta muốn nói to một lời chúc thật thà
chúc chú mày cứ đẹp như cây cảnh
và, lạy trời
không bao giờ phải ra trận...

Mát-xcơ-va 18.8.1985

MEETING A YOUNG SOLDIER

An afternoon at Ve-De-En-Kha,
a Russian soldier, young and sad,
greener than my youngest brother.

Handsome like a showroom plant,
a thorned cactus
ready-made for a fence.

He makes me remember
the crumpling pages, the scent of burnt cordite.
I could have met
your grandfather in the first world war,
your father in the second.

Now
you look beautiful like a thorny cactus.

I went from the South to the North.
You—a new soldier, I—a veteran,
let me tell you a few war stories.

But no
let me tell you of the tropical land,
of guavas so sweet, mangos yellow-ripe,
the coconut palm, its broad green leaves spread in blinding sunlight.

How costly each minute of peace.
My land just passed through a storm of fire,
each drop of blood shed, as heavy as a handful of fruit.
This peaceful Moscow afternoon!

I want to cry out this wish:
may you always look as beautiful as a show-room plant.
Pray to God
you never have to go into battle...

Moscow, 8/18/1985

RỪNG VÀ PHỐ

Trước khi có người trái đất đã có cây
thân thể người lấy cây ra mà ví
lá và cành
hoa rồi quả
sự bền vững so cùng gốc rễ
tuổi trẻ em thì ứng với màu xanh

Tôi đã qua những cánh rừng chiến tranh
mùi cây cháy xót xa như thịt cháy
tôi đã ở những vùng đồi trơ trụi
nhớ cỏ cây như nhớ vợ con mình

Mát-xcơ-va của em
thành phố trong rừng
rừng trong thành phố
đại lộ sáng trưng từng chùm táo đỏ
người ta hái nấm đâu đây
vườn lá nhọn kêu ồn tiếng quạ

Cây sát bên nhà
nhà sát bên cây
người con trai sát bên người con gái

Đôi mắt em cười
quê tôi gọi là mắt lá răm đấy...

Mát-xcơ-va 9.1985

96

FOREST AND STREET

Earth had trees before humans,
the human body, the tree of the earth,
leaf and branch,
blossoms and fruits,
steadfastness comes from the roots,
youth is all blues and greens.

In the war I crossed the sides of many forests,
smelled the trees burning, the pitiful scent of burnt animals.
I ran across regions totally transformed, bared and denuded,
missed the tall grass like my wife and children.

Your Moscow,
city in the forest,
forest in the city.
I stare at the dawn boulevards, bunches of plums falling,
people gathering mushrooms for the sick, the pointed leaves
in the garden crying out, noisy as the crow's language.

Tree close on the side of the house,
house close on the side of the tree.
Young men sitting close by the sides of young women,

Your smile,
in my village we call it "mat la ram"—the eyes of love.

                              Moscow, 9/1985

CHÚT THU VÀNG

Gửi I-RA

Se se một chút lạnh lùng
mình sang với bạn sang cùng thu sang

Bạn đi như sợ lỡ làng
mùa thu đi trước lá vàng theo sau

Buồn vui đâu cũng giống nhau
lẻ loi kim tước chân cầu ngủ mơ

Vàng long lanh chóp nhà thờ
cánh chim ngoan đạo lửng lơ ngang trời

Rừng phong đã chớm thu rồi
vàng rơi trên mái tóc người đi qua

Ruột gan hoang vắng miền xa
hiu hiu ngọn gió nhớ nhà lạnh tê

Mải ham hố chén u mê
hư vô chặn mất lối về như chơi...

Mát-xcơ-va 9.1985

98

A TOUCH OF AUTUMN

To Ira

A slight shiver, a hint of cold.
I go to visit you, to greet the coming autumn.

When you left, you wondered if it was too late already.
When autumn comes, can yellow leaves be far behind.

Sadness and joy are everywhere the same.
The lonesome canary dreams beneath the bridge.

Golden leaves shimmer on the church spire.
Pious birds flit back and forth across the sky.

Autumn has fallen to rest on the pine forest.
A golden dust showers the traveler's hair.

The heart deserted in distant lands,
a slight breeze and the guest shivers, dreams of home.

Lost in the cup of blind passion,
but that emptiness—will it block our way back home?...

Moscow, 9/1985

KHÚC HÁT HÒA BÌNH

tặng nhà văn M. Tka-chốp

I

Anh đọc tôi nghe những trang Sự Thật
quái quỉ chưa
nhân loại vẫn ưa chơi trò chơi ảo thuật
chỗ này chiến tranh
và chỗ kia ca ngợi hòa bình

Máu cứ chảy ròng ròng nhiều thế kỷ
không thế kỷ nào thiếu người chống chiến tranh

Súng cứ nổ râm ran trên mặt đất
mặt đất râm ran muôn giọng hát hòa bình

Tuổi trẻ anh sặc sụa khói bom
tuổi trẻ tôi ngập trong lửa đạn
bây giờ
ta rung đùi uống bia trên tháp cao Ốt-tan-ki-nô
lắm nơi xa đang là trận mạc

Những mặt báo rộng như mặt đất
lốm đốm châu Phi...Trung Á...Ni-ca-ra-goa
khói lửa dòng tin như đám cháy nhà

Nhà ta yên lành, trái đất đã yên đâu
Pa-lét-stin vết bỏng mặt địa cầu
người chiến binh tự tay vãi xương mình ngoài mặt trận
họ chỉ là nạn nhân mà thôi

Thủ phạm chiến tranh
còn sống hoặc chết rồi
đều là kẻ giàu sang và láu cá

A SMALL SONG OF PEACE

for M. Tka-chop

I

I listen as you read from the pages of *Truth*
strange yet, men everywhere are alike.
They love their leisure, to tell their schoolboy tales.
In one place war rages on,
in another, men congratulate each other on peace.

Down through the years the blood rolls on.
Tell me what century hasn't burned its millions in war?

Rifles firing, bombs exploding, a fine rain falling over the face
of the earth.
One part of the earth engulfed in that rain and, in another, in ten
thousand accents, men sing songs of peace.

When I was a young man I walked through a land flooded in fire.
Now I slap my thigh and laugh,
drink beer above the high tower of Ottankino,
and the battlefield is a soiled and distant place.

Tonight, across the earth, people turn up their wide faces.
All over the scarred continents, Africa...Asia...Nicaragua.
Lines of smoke and fire; hearts, like houses burning.
We have our calm and happy house; everywhere, someone
enjoys calm.
In Palestine, where the earth is scarred and burned,
where soldiers' bones are strewn across the roads
and men die in suicidal ambushes;
when the fighting stops, they are all only victims.

And the war criminals. After all the murder and killing,
they go on living, right out in the open.
They look so like normal people, the rich and cunning.

II

Thời đại nào cũng đẻ ra người điên
phá hủy bao nhiêu đền đài và của cải
giết thịt biết bao nhiêu đồng loại
điên-chiến-tranh thành thứ bệnh di truyền

Người xưa từng điên nhiều đời huyết chiến
điên nhiều năm...
                    điên nhiều tháng...
                            điên nhiều ngày...
lửa vẫn cháy mà cây xanh vẫn biếc

Thời hạt nhân này, chỉ cần điên một giây!

Điên-hạt-nhân chỉ cần một giây
đủ đốt sạch sành sanh toàn thế giới
không còn anh...
                    không còn tôi...
                            không còn nhân loại
trái đất ư, có thể cũng không còn

Ta thanh thản hay giả vờ thanh thản?
sợi thần kinh hay là sợi dây đàn?
trái đất mấy tỉ năm vững chãi
có thể thành trái bóng bay mỏng tang?

III

Ta rung đùi uống bia
cách mặt đất gần nửa ki-lô-mét
trên đầu ta—ăngten đài truyền hình
trên cao nữa—trạm thông tin vệ tinh
trên cao nữa—tàu con thoi và ga vũ trụ
trên cao nữa là các vì tinh tú...

Khoảng cách hữu hình đang thu hẹp dần
sóng điện vô hình đang sục sạo không gian
nền văn minh này đang đi tìm nền văn minh khác

II

Every age has brought its madmen. How many temples
have they destroyed to bring about their changes?
How to guess how many of their own they've slaughtered,
the madness of war passed down through generations?

How many bloody battles can these old pine trees lay claim to?
How many mad years,
        how many mad months,
                how many mad days,
the fires still burning in the tender green shoots?

One mad second, the smallest kernel of time, all that is necessary,

just one moment, one missing second,
enough to burn the entire world, everything that's ever been born.
No men left.
        No subjects left.
                No human beings remaining.
The face of the earth barren, nothing likely to survive.

Are our voices calm, or are they dissembling?
Is this the thread of a prayer or is this only music?
How many years can the earth survive;
how many years temples live in the shadows of cities?

III

We slap our thighs and drink beer.
Half a kilometer away
towers send pictures end over end.
Over our old heads—space stations, information satellites.
Over our old heads—space shuttles and cosmonaut stations.
Over our old heads the stars reign.
We foolishly feel the distances narrowing.

The immaterial waves of electricity go searching, but they don't lie.
The basis of any intelligent literature is to seek the basis of others.
People of this world wish to meet people from outer space.

103

người trái đất đang mong gặp người ngoài trái đất
ước mơ hoang đường xưa đang thành sự thật...
Ước mơ bây giờ lại hao hao sự thật thuở hoang sơ
không quân đội, không cảnh binh, không biên giới
loài người hồn nhiên hòa thuận vô lo...

Buồn thay
vẫn sự thật đắng cay
quốc gia kia đối nghịch quốc gia này
nhóm người ấy tiêu diệt nhóm người khác
người trái đất với nhau sao còn nhiều khoảng cách?

Khoảng cách vô hình biết san lấp sao đây?
dòng nhân điện làm sao điều khiển được?
làm sao chặn được cơn điên bất chợt?...

IV

Ta bỗng lửng lơ giữa trời và đất
lướt qua ta bụi mây trắng xốp
cốc thủy tinh lấm tấm ngấn bọt bia

Tôi và anh cùng nhỏ bé nhường kia
biết làm gì bây giờ?

Ta cứ nhập vào giàn đồng ca trái đất
dù giọng anh chua chua và giọng tôi chan chát
gân cổ lên
cùng hát khúc hòa bình

Cuồng nhiệt
kéo mọi người gần lại
mong con người bớt căng thẳng thần kinh

Mong mặt báo trên toàn trái đất
thơ tình thôi...
và tin tức những người tình...

Mát-xcơ-va–tp. Hồ Chí Minh tháng 9.1985

Things once thought unbelievable have come true.
How much time wasted to wish back; not the time of armies,
of policemen, of border guards, frontiers,
but of men and women living free in unity, free of worry.
We want change, but truth is crucial.

These nations face those as enemies.
One group annihilates another.
How do the people of the earth reach out to each other
across these great distances?

How to plow down these incorporeal distances?
How to understand an electrical current?
How do the ions alternately collide and pass through each other?

IV

Suddenly tossed in midair we pass between heaven and earth,
we skim by the soft white clouds, dusting them,
past the ravines of Mercury, its hills spotted with traces of steles.

You and I can remember our small conquests there.
But now do we know what they are doing?

We keep on entering the old frames—singing our boyhood songs.
Under the umbrella of your sharp tones and my hard voice,
the nerves in our brains rising,
together we sing these tunes of peace.

Our raucous voices
draw everyone to us.
The hope of man dissolving all these tensions.

All over the earth, the face of hope returns.
Only love poems now,
and news of love...

Moscow–Ho Chi Minh City, 9/1985

TA CHỜ MÙA HẠ SANG

Tặng Linh và Long

Miếng băng mỏng trôi đi chút lạnh lẽo cuối cùng
tia nắng mỏng ấm khoảng trời năm ngoái
hy vọng vốn mỏng manh
le lói

Đừng vội
trơn con đường tuyết tan
tuồn tuột trôi dấu chân thuyền giấy
gót giầy khua lộp cộp mõ luân hồi

Đừng vội
mặc ai thụ tinh nhân tạo cho thơ
rặn ra mà làm gì bài thánh ca giả dối
số phận vinh quang mỏng mảnh đến không ngờ

Đừng vội
ta tự nhủ và ta lững thững
đồi Lê-nin dốc dựng
sông Mát-xcơ-va mong mỏng váng phù điêu
chiều như sương
thương nhớ mỏng như chiều

Đừng vội
ta lững thững và ta chờ đợi
mùa hạ về trên lá biếc tưng bừng
thiếu nữ ấm như mầu hồng trên má
áo mỏng bập bùng
Vệ-nữ đi ngược nắng
                ngược gió...
Ta chờ...

Mát-xcơ-va tháng 3.1988

106

I WILL WAIT TILL THE SUMMER COMES

To Linh and Long

A thin sliver of ice flows away and takes with it
                          the last sting of the cold,
a thin beam of sunlight warms last year's sky,
hope is thin,
flickering.

No need to hurry,
the slippery roads, the melting snow,
the track of a paper boat sails by,
heels clack out the rhythm of a temple's wooden bell.

No need to hurry,
let others give an artificial birth to poetry,
why pant after a false gospel hymn,
how thin the hold of glorious fate.

No need to hurry,
we tell ourselves to take our time, a steep Lenin slope,
the Moscow river films over in a thin layer of sculptured relief,
the evening mist,
affection, a thin thread like evening.

No need to hurry,
take time and wait,
summer slips up through the joyful leaves,
a woman, warm as a blush against a cheek,
a thin blouse fluttering,
Venus moving against sunlight
                   against wind...
wait...

                       Moscow, 3/1988

TRƯỚC TƯỢNG ĐÀI KI-ÉP

Nắng vàng đón thiên nga về phương bắc
váy áo phong phanh nhan sắc thắm lạ lùng
cành lá mới ngả ngớn trời lụa bạch
rối cả chiều cơn gió mông lung

Cỏ xanh mướt bên bờ Đờ-nhi-ép
ai ngả lưng ai lặng lẽ cúi đầu
thương cảm lăn tăn mặt sông vẩy cá
ta với người có lạ gì đâu

Như tỉnh giấc con thuyền vàng Ki-ép [1]
tháp vàng xưa buông thõng một lần chuông
xác ướp vương hầu lạnh cổ mộ [2]
quắt queo bao kỉ niệm u buồn

Sao Người mẹ phải cầm khiên và kiếm? [3]
một Pôn-ta-va mấy cõi chiến trường?
quằn quại những con đường dĩ vãng
lót chân người dằng dặc máu xương

Lịch sử giấu tro tàn trong cẩm thạch
giấu cơn mưa nước mắt thấm trên đồng
người chết trận chết oan chết đói
hồn hiện về làm hoa dại bên sông

Ơi bà mẹ tìm gì quanh bia đá?
hiu quạnh hoàng hôn đổ dốc lưng già
đi mỏi gối kiếp người đâu cũng vậy
kỳ quan nào không hắt bóng xót xa

BEFORE THE STATUE AT KIEV

The swans fly north into the golden light,
a thin rustle of blouses and skirts, an unspeakable beauty,
fresh leaves and branches sway in a sky of white silk,
an afternoon lost in a windswept longing.

The dark green grass, the banks of the Do-nhi-ep,
some rest their backs, some lower their heads,
see their own feelings ripple in waves on the scaly waters,
you and I, we are not, after all, strangers.

As if the golden boat of Kiev were awakened[1]
an ancient golden tower strikes a bell
and royal bodies in frozen tombs
scatter sad memories.

The Mother, why does she hold a shield and a sword,[2]
we know the name: one Pon-ta-va—but how many battles,
that long road of the past—convulsed in agony,
human footprints—an endless line of blood and bone.

History, the ash on the marble face,
rain—tears that flood the field,
people killed—in war, in hunger, well before their time,
their souls— the wild flowers on the bank.

What does she look for around about her,
the sundown's desolation presses on her bent back,
wander the world over, things always the same,
what monument doesn't cast a sad shadow?

Vô tư quá nụ môi hoa cẩm chướng
quệt qua ta một vết âu sầu
cỏ xanh mướt bên bờ Đờ-nhi-ep
ta với người có xa lạ gì đâu...

Ki-ép tháng 4.1988

1 Con thuyền vàng: biểu tượng kinh thành Ki-ép cổ
2 Khu Nhà mồ nổi tiếng của Ki-ép, còn lưu giữ nhiều xác người thuộc giới quí
tộc và giáo hội xưa.
3 Tượng khổng lồ Người mẹ, tay cầm khiên, tay cầm kiếm đứng trên ngọn đồi
khu lưu niệm "Cuộc chiến tranh giữ nước vĩ đại" ở Ki-ép.

110

How innocent the lips of the carnation,
they rouse in me a sense of sadness,
dark green grass on the bank of Do-nhi-ep,
we, after all, are not strangers...

Kiev, 4/1988

1 The golden boat: symbol of the ancient capital Kiev
2 Kiev's famous mausoleum, holding the remains of the old noble class and
  religious figures.
3 The giant statue "The Mother": one hand holding a shield, one holding a sword,
  on the memorial hill of "Wars between the superpowers" in Kiev.

GIÃ TỪ A-RÊ-KHÔ-VỢ...[1]

Tặng Minh-Long

Thôi em về...tôi đi
đưa nhau mà làm gì

Bạch dương ga xép buồn hun hút
buồn song song chạy suốt mấy hàng ray
gió thổi nghe như tiếng người thở dài
Ai đưa em lìa đất nước?
có chúc nhau đi chân cứng đá mền?

Chân trời lạ trống vắng đến rờn rợn
quê người—cây cầu vượt chênh vênh
em đứng đưa tay ngược chiều gió buốt
áo em phồng thành lá buồm xanh

Chạnh nhớ cánh buồm xưa côi cút
tìm gì ở chốn xa xôi
bỏ gì lại ở chính nơi quê nhà...[2]

●

Thôi em về...
mặt tôi tê vì môi em tái
lòng có nguội cồn cào cho ấm lại
mưa song song ướt má em rồi

Tôi đi
lỡ một chuyến tàu

Thế là xa một người không gần gũi
không dám hẹn có khi nào trở lại
không định trước điều gì trong câu nói
những con đường không đưa tới đâu

112

GOODBYE TO AREKHOVO

For Minh-Long

Please turn back...I'll leave.
No point in waiting.

The white poplars, this small station, this deep aching sadness,
a sadness cut in half, stretching down the tracks
in the sighing swirling wind.

Who pulls you from your land?
When you left did your friends come out to wish stout legs
and soft stones beneath you?

An unfamiliar horizon, empty, frightening.
A foreign land—a wobbly bridge to cross,
your hand stretched out in the frigid winds,
your blouse shuddering like a blue sail.

The old, lonely sail I remember.'
What's to be found in this distant land?
What was left behind in your native villages...

●

Please turn back...
My face turns numb when I see your lips turn blue,
let your hunger cool a bit, let the moment warm you.
How the lines of rain fall in sheets and soak your face.

I leave
on a train that I will never take again,
travel far from one who has grown distant,
I dare not speak of a date of returning,
I am wary of words that might be said
on roads that lead nowhere.

●

Thôi em về
tôi đi

Úp mặt vào kính cửa tàu chợ
nhìn nhau qua hơi thở

Bóng em nhòe ngoài kia
hình nét trong trí nhớ
kiếp song song còn gặp phía chân trời

Lẩm bẩm mãi lời giã từ vô nghĩa
A-rê-khô-vơ ơi...

Mát-xcơ-va tháng 5.1988

1 Arêkhôvơ: thành phố vệ tinh của Mát-xcơ-va, nơi đang có hàng nghìn nữ
  công nhân Việt Nam làm việc trong một Liên hiệp Xí nghiệp Dệt theo
  chương trình hợp tác lao động.
2 một ý trong bài thơ Cánh Buồm của thi hào Nga Lermontov.

114

●

Please turn back
I leave,
face pressed against the window glass
we stare at each other through the clouds of our breath.

You dissolve into mist,
two lines crisscross in memory,
two lines running parallel, meeting somewhere on the horizon.

I mumble a senseless goodbye to myself,
goodbye, O Arekhovo...

Moscow, 5/1988

1 Arekhovo: a city outside Moscow where thousands of Vietnamese women
  worked for a cloth-making collective in a labor-exchange program.
2 An image in Lermontov's poem "The Sail."

ĐƯỜNG XA

Tặng vợ và con

Đường ta xa lắc xa lơ
đường người ảnh ảo bến bờ mờ xa

Bể dâu từ độ băng hà
nỗi buồn cũ kĩ rợn qua chân trời

Mấy đời xương trắng hóa vôi
tro tàn âm ỉ mấy thời chiến tranh

Mấy ai yên giấc ngon lành
hồn ma dã thú loanh quanh cõi người

Thôi ta về với mình thôi
chân trời đành để chim trời nó bay

Trông người xưa ngẫm người nay
đường xa nghĩ nỗi sau này...cũng kinh

Pơ-xcôp tháng 5.1988

116

DISTANT ROAD

To my wife and children

The road we took—a shimmering blue mist in the distance,
the road the world traveled—a phantasm flickering on
                                        a disappearing shore.

What glacier sent this world's upheavals,
set an ancient sadness floating...swimming across the horizon?

How many generations before these white bones are limestone,
how much war and struggle bearing these damp embers
                                        in our arms?

How many find a single night of gentle sleep
while beasts and ghosts wander the stunted earth?

We have to return to our true homes:
leave the heavens to the race of heavenly birds.

Remember our ancestors, who stand beside us,
distant road, rise up later...in the meantime pray!

                                        5/1985

NHÌN TỪ XA...TỔ QUỐC!

Đối diện ngọn đèn
trang giấy trắng như xeo bằng ánh sáng

Đêm bắc bán cầu vần vụ trắng
nơm nớp ai rình sau lưng ta
Nhủ mình bình tâm nhìn về quê nhà
xa vắng
núi và sông
và vết rạn địa tầng

Nhắm mắt lại mà nhìn
thăm thẳm
yêu và đau
quằn quại bi hùng

Dù ở đâu vẫn Tổ Quốc trong lòng
cột biên giới đóng từ thương đến nhớ

●

Ngọn đèn sáng trắng nóng mắt quá
ai cứ sau mình lẩn quất như ma

Ai?
im lặng
Ai?
cái bóng!

A...
xin chào người anh hùng bất lực dài ngoẵng
bóng máu bầm đen sõng soài nền nhà

Thôi thì ta quay lại
chuyện trò cùng cái bóng máu me ta

OUR NATION...FROM A DISTANCE

I face the lamp,
the white sheet of paper suspended in the light.

The northern night, a threat of rainfall, goes white,
who keeps tailing us, following behind our back?
I tell myself—calm down, think of home,
faraway
mountains and rivers,
the earth's fault line.

Close the eyes to see
bottomless
love and pain
writhing in heroic sorrow.

Wherever we are, there is the Nation.
Its boundary markers range from love to remembrance.

●

The white of the lamp boils over, heats up the eyes,
someone following me like a ghost.

Who?
silence.
Who?
a shadow!

Ah...
greetings to the long powerless hero—
the bruise's shadow falls and sprawls on the floor.

Well, I'll come back
talking to my own bruise's shadow.

●

Có một thời ta mê hát đồng ca
chân thành và say đắm
ta là ta mà ta vẫn mê ta[1]

Vâng—đã có một thời hùng vĩ lắm
hùng vĩ đau thương hùng vĩ máu xương
mắt người chết trừng trừng không chịu nhắm

Vâng—một thời không thể nào phủ nhận
tất cả trôi xuôi—cấm lội ngược dòng
Thần tượng giả xèo xèo phi hành mỡ
ợ lên nhồn nhột cả tim gan

●

Ta đã xuyên suốt cuộc chiến tranh
nỗi day dứt không nguôi vót sạn gót chân
nhói dài mỗi bước

Thời hậu chiến vẫn ta người trong cuộc
xứ sở phì nhiêu sao thật lắm ăn mày?

Ai?
không ai

Vết bầm đen đấm ngực

●

Xứ sở nhân tình
sao thật lắm thương binh đi kiếm ăn đủ kiểu
nạng gỗ khua rỗ mặt đường làng

Mẹ liệt sĩ gọi con đội mồ lên đi kiện
ma cụt đầu phục kích nhà quan

120

●

There was a time I loved to sing folk songs with joy and feeling.
"We know who we are, but still we create
a greater we to fall in love with"[1]

Yes—there was a time, a heroic time,
heroic in sorrows, heroic in blood and bones,
the dead's eyes stared wide open, refusing to shut.

Yes—a time that can't be denied, a time all things flowed
with the current, when to go against the current was forbidden,
when false idols loomed up shining like scallions sizzling in lard,
threw up belches that tried the soul.

●

We went through the whole war,
the gnawing torment that ate at our heels
increasing with each step.

But now years after the war is over we are still in battle.
In a land so fertile, why are there so many beggars?

Who?
no one.

The bruise pounds its chest.

●

Land of kindness.
Why so many disabled veterans living such lives of desperation
wooden crutches puncturing each village road.

Mothers of martyrs call on their sons to rise up from the grave
and take legal action. Headless ghosts ambush the new mandarins.

Ai?
không ai

Vết bầm đen quều quào giơ tay

●

Xứ sở từ bi sao thật lắm thứ ma
ma quái—ma cô—ma tà—ma mãnh
quỉ nhập tràng xiêu vẹo những hình hài

Đêm huyền hoặc
dựng tóc gáy thấy lòng toang toác
mắt ai xanh lè lạnh toát lửa ma trơi

Ai?
không ai

vết bầm đen ngửa mặt lên trời

●

Xứ sở linh thiêng
sao thật lắm đình chùa làm kho hợp tác
đánh quả tù mù trấn lột cả thần linh

Giấy rách mất lề
tượng Phật khóc Đức Tin lưu lạc
Thiện—Ác nhập nhằng
Công Lý nổi lênh phênh

Ai?
không ai

Vết bầm đen tọa thiền

122

Who?
no one.

The bruise raises its hands awkwardly.

●

Land of compassion.
Why are there so many ghosts,
dishonest ghosts, gangster ghosts, evil ghosts, small-time ghosts...
devils incarnate in so many wobbling figures?

Night of myth.
Hairs at the neck stand straight up, that empty feeling,
eyes greenish blue, cold as ghostly incandescent fires.

Who?
no one.

The bruise turns its face to the sky.

●

Land of sacred faith.
Why are there so many temples and pagodas converted into chicken
coops, warehouses, smokescreens raised to rob even the spirits?

Sheet torn spine gone.
Buddha statues cry. Faith leaves home.
Good—Evil blurred.
Justice floats like a bloated corpse.

Who?
no one.

The bruise sits in meditation.

●

Xứ sở thông minh
sao thật lắm trẻ con thất học
lắm ngôi trường xơ xác đến tang thương

Tuổi thơ oằn vai mồ hôi nước mắt
tuổi thơ còng lưng xuống chiếc bơm xe đạp
tuổi thơ bay như lá ngã tư đường

Bịt mắt bắt dê [2] đâu cũng đụng thần đồng
mở mắt...bóng nhân tài thất thểu

Ai?
không ai

Vết bầm đen cúi đầu lặng thinh

●

Xứ sở thật thà
sao thật lắm thứ điếm
điếm biệt thự—điếm chợ—điếm vườn...

Điếm cấp thấp bán trôn nuôi miệng
điếm cấp cao bán miệng nuôi trôn

Vật giá tăng
vì hạ giá linh hồn

Ai?
không ai

Vết bầm đen vò tai

●

Land of intelligence.
Why so many children uneducated,
schoolhouses lying in sad ruins?

That time of youth—children bending their shoulders
                                        in sweat and tears.
That time of youth—children breaking their backs
                                        to pump bicycle tires.
Like fallen leaves at street corners, our children blown
                                        this way and that.

Eyes closed—playing "hide and seek" searching out new prodigies,
eyes open...men of talent wandering aimlessly on the road.

Who?
no one.

The bruise bows its head in silence.

●

Land of honesty.
Why are there so many liars,
villa liars—market liars—country liars,

low-class liars who sell their bodies to support their mouths,
high-class liars who sell their mouths to support their bodies?

The price of things goes up,
the soul's value comes down.

Who?
no one.

The bruise twirls its ears.

●

Xứ sở cần cù
sao thật lắm Lãn Ông
lắm mẹo lãn công

Giả vờ lĩnh lương
giả vờ làm việc

Tội lỗi dửng dưng
lạnh lùng gian ác vặt
Đạo Chích thành tôn giáo phổ thông

Ào ạt xuống đường các tập đoàn quân buôn
buôn hàng lậu—buôn quan—buôn thánh thần—buôn tuốt...
quyền lực bày ra đấu giá trước công đường

Ai?
không ai

Vết bầm đen nhún vai

●

Xứ sở bao dung
sao thật lắm thần dân lìa xứ
lắm cuộc chia ly toe toét cười

Mặc kệ cỏ hoang cánh đồng gái góa
chen nhau sang nước người làm thuê

Biển Thái Bình bồng bềnh thuyền định mệnh
nhắm mắt đưa chân không hẹn ngày về

Ai?
không ai

Vết bầm đen rứt tóc

126

●

Land of hard work.
Why so many Lan Ong workers,[2]
so many tricks for labor slowdowns?

We are good at pretending to take home pay.
We are good at pretending to work.

Crime doesn't bother us,
cold calculating petty misdeeds,
The Cult of Conning, our most popular religion.

Wave after wave, hordes of salesmen take to the streets
selling contraband—selling offices—selling gods—
                                    everything for sale...
power up for auction at city halls.

Who?
no one.

The bruise shrugs its shoulders.

●

Land of forgiveness.
Why have so many fled their homes,
how many leave-takings are filled with laughter?

Fields left wild, widowed,
fighting each other for a spot as a foreign laborer.

The China Sea dotted with boats of fate,
lots thrown to the wind, no promise of return.

Who?
no one.

The bruise tears at its hair.

●

Xứ sở kỷ cương
sao thật lắm thứ vua
vua mánh—vua lừa—vua chôm—vua chĩa[3]
vua không ngai—vua choai choai—vua nhỏ...

Lãnh chúa xứ quân san sát vùng cát cứ
lúc nhúc cường hào đầu trâu mặt ngựa

Luật pháp như đùa—như có—như không có
một người đi chật cả con đường

Ai?
không ai

Vết bầm đen gập vuông thước thợ

●

?...
?...
?...

●

Ai?
Ai?
Ai?

không ai!

Tự vấn—mỏi
vết bầm đen còng còng dấu hỏi

●

Land of laws.
Why are there so many kings,
kings of tricks—kings of cheats—kings of thieves—kings of
robbers, kings without thrones—teenage kings—little kings...

Warlord next to warlord, fiefdom next to fiefdom,
villages teeming with bullies, buffalo-headed ruffians,
horse-faced hooligans?

The law is a joke—there is law and there isn't.
One man takes over the whole road.

Who?
no one.

The bruise meets the carpenter's square.

●

?
?...
?...

●

Who?
Who?
Who?

no one!

Ask yourself—tired,
The bruise rolls up into a question mark.

•

Thôi thì ta trở về
còn trang giấy trắng tinh chưa băng hoại
còn chút gì le lói ở trong lòng

•

Đôi khi nổi máu lên đồng
hồn thoát xác
rũ ruột gan ra đếm

Chích một giọt máu thường xét nghiệm
tí trí thức—tí thợ cày—tí điếm
tí con buôn—tí cán bộ—tí thằng hề
phật và ma...mỗi thứ tí ti...

Khốn nạn thân nhau
nặng kiếp phân thân mặt nạ

Thì lột mặt đi—lần lữa mãi mà chi
dù dối nữa cũng không lừa được nữa
khôn và ngu đều có tính mức độ

•

Bụng dạ cồn cào bất ổn làm sao
miếng quá độ nuốt vội vàng sống sít
mất vệ sinh bội thực tự hào

Sự thật hôn mê—ngộ độc ca ngợi
bệnh và tật bao nhiêu năm ủ lại
biết thế nhưng mà biết làm thế nào

Chả lẽ bây giờ bốc thang chửi bới
thầy chửi bới nhe hàng nanh cơ hội

●

Let's return, let's come home.
The white sheet is still unblemished,
there's still a flicker of something here.

●

At times we seek extremes,
the soul leaves the body,
we count our guts, the length of our intestines.

We draw a drop of blood to measure
here a bit of intellect—a bit of peasant—a bit of liar
a bit of trader—a bit of cadre—a bit of clown,
Buddha and ghost...each owns a bit...a bit of each.

Our poor bodies,
too heavy the burden of the body divided, the mask.

Then strip away the mask—why keep putting it on?
More lies fool no one,
wisdom and stupidity each have their limit.

●

Our stomachs pinched, churning with hunger and restlessness,
a bite in a time of transition, swallowed green and in a hurry,
indigestible for lack of washing, for an overweening pride.

The truth stupefies—raves and praises poison.
So many years of disease and defects take their toll,
we know, but what can be done?

Should we climb a soapbox, let loose our invective on the world?
Those who do so show their opportunistic teeth.

Chả lẽ bốc thang cỏ khô nhai lại
lạy ông-cơ-chế lạy bà-tư-duy...
xin đừng hót những lời chim chóc mãi

Đừng lớn lối khi dân lành ốm đói
vẫn còng làm cho thẳng lưng ăn

Đổi mới thật không hay giả vờ đổi mới?
Máu nhiễm trùng ta có thể thay chăng?

•

Thật đáng sợ ai không có ai thương
càng đáng sợ ai không còn ai ghét
Ngày càng hiếm hoi câu thơ tuẫn tiết
ta là gì?
ta cần thiết cho ai?

•

Có thể ta không tin ai đó
có thể không ai tin ta nữa
dù có sao vẫn tin ở con người

Dù có sao
đừng khoanh tay
khủng khiếp thay ngoảnh mặt bó gối

Cái tốt nhiều hơn sao cái xấu mạnh hơn?
những người tốt đang cần liên hiệp lại

•

Dù có sao
vẫn Tổ Quốc trong lòng
mạch tâm linh trong sạch vô ngần

Should we fill that prescription for some regurgitated dried grass,
hail to Mr-Organization, hail to Mrs-Thinker...
please no more prattling, no more tall tales.

No grand talk when people are starving,
breaking their backs to produce for the straight-backed.

Genuine renovation or bogus renovation?
Can we replace our infected blood?

●

What a calamity when one can no longer feel passion,
what greater calamity when one can no longer find indignation?
So few lines of poetry that speak courage,
who are we?
who needs us?

●

Maybe we have no more trust,
maybe we no longer have faith in ourselves.
Still there must be faith in human beings.

Whatever happens,
we can't just fold our arms,
nothing worse than turning our eyes, hiding in a corner.

The good are many but the bad are stronger,
the good need to join hands.

●

Whatever happens,
the land lives within us always.
The spiritual stream remains untainted.

Còn thơ còn dân
ta là dân—vậy thì ta tồn tại

•

Giọt từng giọt
nặng nhọc

Nặng nhọc thay
Dù có sao
đừng thở dài
còn da lông mọc còn chồi nảy cây⁴

Mát-xcơ-va tháng 5.1988
tp. Hồ Chí Minh 19.8.1988

1 Một câu thơ của Chế Lan Viên hồi chiến tranh chống Mỹ
2 Bịt mắt bắt dê: mọt trò chơi dân gian của trẻ con
3 Chôm: ăn trộm—Chĩa: ăn cướp (tiếng lóng)
4 Một câu ca dao xưa

Poetry still lives, the people still live.
We are the people—we will endure.

●

Drop by drop
heavy.

How heavy
Whatever happens,
do not sigh
"as long as there are green feathers, buds will follow."[3]

Moscow, 5/1988
Ho Chi Minh City, 8/19/1988

---

1 A line from a poem by Che Lan Vien, literally—"We know who we are, but we
   still fall in love with ourselves."
2 Lan Ong, a legendary figure noted for his predilection for idleness.
3 An old *ca dao* (folk lyric).

Quà Tặng/The Gift
1990

THƠ TẶNG NGƯỜI ĂN MÀY*

Ăn mày là ai? Ăn mày là ta
Đói cơm rách áo hóa ra ăn mày
(ca dao)

Sân ga Thanh Hóa chiều mưa đó
một người mẹ dắt con
một em gái mắt tròn đen lay láy
một bàn tay chìa ra...run rẩy...

Lời thều thào như nói với riêng tôi
ơi các ông, các bà, các anh, các chị
ai làm ơn nuôi cháu nên người...

Trả lời thế nào với cái nhìn đen láy
với bàn tay run run chìa ra đấy?
tôi nhận diện bàn tay vàng móng ấy
tay cấy cày làm gạo nuôi ra tôi

Bây giờ...đồng trắng nước trôi
bàn tay xỉa vào mặt tôi gấp gáp?

Hay là chính mẹ tôi từ trong đất
dất đất lên thử lòng tôi chăng?

Tôi giấu mặt vào giữa đám đông
đám đông chảy như một dòng nước xiết

Chả lẽ moi ra một nhúm ngôn từ đẹp
trả vào lòng tay trũng như đồng chiêm?

Nhận về nuôi giúp mẹ đứa em?
chữ nghĩa tôi không sàng thành gạo
Trong túi chỉ còn lạo xạo dăm bài thơ

Như đứa con bất hiếu tôi quay đi
thôi đành nhận ánh tròn đen con mắt

POEM DEDICATED TO A BEGGAR*

Who is the beggar? The beggar is us!
With no rice and tattered clothes, we'll be a beggar.
(folk song)

In the afternoon rain at Thanh Hoa station
a mother walked with her child,
a little girl with round eyes—sparkling black,
her hand thrust forward...trembling...

Her breathless words seem spoken as if to me alone:
O uncles, aunts, brothers, sisters
please help me raise this child.

How to answer those fiery black eyes,
the hand thrust out, trembling,
I recognized the hand, the nails yellowing,
hands that plowed and planted to give me rice.

But now...the fields were empty, swept away in the flood,
and that hand was thrust repeatedly in my face.

Was my mother rising up from the earth
showing me its entrails to test me?

I hid my face in the crowd,
the crowd passed like a fast-flowing current,

could I manage a few pretty words
and place them in that palm, hollow as a field in summer,

or agree to help my mother, taking in the little sister,
but words and lines can't be changed to rice,
my pockets were empty but for a few clanging poems

An impious son, I turned away,
bore with me the looks of those round, black eyes,

139

con mắt trẻ thơ thành con ong đất
đào thịt chui vào ngực tôi

Hai con ong tôi xin tự nguyện nuôi
để cho mũi nọc ong độc địa
xâm lên vách tim tôi một dòng mai mỉa:
cám ơn lòng nhân ái của nhà thơ!

Quê nha–vụ lụt năm Sửu (1973)

* Hồi 1973-1974, bài thơ này được tác giả đọc tại một vài trường đại học ở Hà
Nội với tiêu đề "Nhà thơ và cảnh nghèo"

the eyes of those children, an earth bee,
burrowing in my chest.

Those bees I will willingly nurture,
let their poisonous stings burn forever
in the wall of the heart that single line of irony:
thanks for the poet's kindness!

Home village, the 1973 flood

---

* In 1973-74, the author read this poem in several colleges in Hanoi. It was then
  titled "The Poet and Poverty."

BUỔI SÁNG SAU CHIẾN TRANH

Mịn làm sao mát làm sao
bụi sương thôi cũng ngọt ngào trên môi

Sương giăng lụt cả đất trời
giữa bồng bềnh trắng tôi bơi tôi trườn

Con đường chìm nổi trong sương
thực hư như thể con đường trong mơ

Chờ em...lẳng lặng...tôi chờ
lập lòe hoa gạo lờ mờ bóng cây

Hố bom sâu hoắm nơi này
sương mong mỏng lấp đã dày từ đêm

Loeo khoeo cột điện cột đèn
lô nhô huyền ảo đẹp lên lạ kỳ

Dịu dàng từng bước em đi
nhẹ nhàng như chả có gì lớn lao...

Hà Nội 1975

THE MORNING AFTER THE WAR WAS OVER

So smooth, fragile, so fresh and sweet,
specks of moisture, dust, cool on the lip.

The entire universe dissolved in a blanket of mist,
I ride and swim the waves of white.

Roads appear, disappear in haze,
reality, illusion, a dream.

I wait...in silence...for you,
tree shadows blur, kapok flowers flicker and wave.

A bomb driven deep in earth, a white mist hovering
imperceptibly over its crater since evening.

Lampposts thin as reeds in the street,
spiked shadows like children's magic shows.

You move softly step by step,
easily, as if it were nothing at all...

Hanoi, 1975

THÁP CHÀM

Ông già Chàm gù lưng
im lìm nhìn tháp cổ
một pho tượng đất nung
trước ngã ba nắng gió

Ông già Chàm gù lưng
im lìm nhìn tháp cổ
râu tóc mờ bụi đỏ
mắt đăm đăm xuất thần

Ông già Chàm gù lưng
im lìm nhìn tháp cổ
thân xác trần trụi đó
linh hồn về nơi nào

Ông già Chàm gù lưng
im lìm nhìn tháp cổ
thêm một tháp Chàm nhỏ
bằng thịt xương...
             bên đường...

            Ga tháp Chàm 1980

CHAM TOWER

Old humped-over Cham,
staring silent at the tower,
porcelain statue glazed by the sun,
left by a windswept road.

Old humped-over Cham,
staring silent at the tower,
moustache and hair washed in red dust,
eyes steady, flashing soul.

Old humped-over Cham,
staring silent at the tower,
naked body exposed,
where the soul goes.

Old humped-over Cham,
staring silent at the tower,
one more small Cham tower added
flesh and bone...
                    by the road...

Cham Tower Station, 1980

BÁN VÀNG

Tâm hồn ta—một khối vàng ròng
thôi đành bán đi từng mảnh nhỏ
mảnh này vì con...mảnh này vì vợ
vì bạn bè và cha mẹ ta

Giữ ngọc gìn vàng biết mấy công phu
ta giàu lắm mà con ta đói lắm
ta ngất ngưởng mà vợ ta lận đận
cha mẹ ta trong lụt bão trắng trời

Ta mơ màng ta uốn éo ta lả lơi
để mặc kệ mái nhà xưa dột nát
mặc kệ áo quần thằng cu nhếch nhác
mặc kệ bàn tay mẹ nó xanh xao

Ta rất gần bể rộng với trời cao
Để xa cách những gì thân thuộc nhất
nồi gạo hết lúc nào ta chả biết
thăm thẳm nỗi lo trong mắt vợ u sầu

Viên thuốc nào dành để lúc con đau
vợ nằm đó xoay sở mần răng nhỉ
cơn hoạn nạn bỗng làm ta tỉnh trí
ngọn gió tha hương lạnh toát da gà

Cái ác biến hình lởn vởn quanh ta
tai ách đến bất thần không báo trước
tờ giấy mỏng manh che chở làm sao được
một câu thơ chống đỡ mấy mạng người

Lương tháng thoảng qua một chút hương trời
đồng nhuận bút hiếm hoi gió lọt vào nhà trống
vợ chồng ngủ với nhau đắn đo như vụng trộm
không cái sợ nào bằng cái sợ sinh con

146

SELLING GOLD

Our soul—a slab of pure gold,
we'll have to sell it piece by piece,
one for a son, one for a wife,
others for our parents and our friends.

The inner wealth hard to keep,
we're rich men, but our children eat dirt,
still, we walk, noses in the air, wife in hock,
parents drowned in storms and floods.

We dream and dance on without shame,
don't give a damn for the leaky roof,
don't give a damn for a son's rags,
don't give a damn for a wife's withered hand.

We'd get drunk with the ocean and sky
just to get away from what's closest to us,
the rice pot empty, we turn our backs,
worry safely buried in a wife's hidden look.

What pills did we save for the child's sickness,
wife bedridden, what could she do,
Oh, the disaster woke us all right,
the foreign wind chilling us deep to the bone.

Evil changes shape, hovers all around,
misfortunes arrive without warning,
a thin sheet of paper is no shield from the world,
how many lives will a line of poetry support?

A month's salary floats off like a whiff of perfume
and a writer's payment comes rarely, out it goes
like wind through a hollow house, husband and wife
hold back their love, for fear another mouth is born.

Con chưa sinh mặt vợ đã xanh dờn
bàn tay trắng lạnh lùng tàn nhẫn thế
hạnh phúc lớn vòng tay ôm không xuể
chuyện miếng cơm manh áo thật đau lòng

Thôi thì...bán bớt đi một ít vàng ròng
để sống được qua ngày gian khổ đã
phải sống được qua cái thời nghiệt ngã
để khối vàng dây chỉ đổi lấy mây trời...

1980

Child not yet born, but already the wife's face sickly blue,
how could those white hands be callous and cold-blooded,
these arms aren't big enough to hold large blessings,
the business of rice and cloth sickened our hearts.

Oh god...yes, we had to sell our bit of gold
to make it through those bad days,
we had to survive that brutal time,
but what did it get us, a few clumps of fast passing clouds...

1980

MƯỜI NĂM BẤM ĐỐT NGÓN TAY

tặng bạn bè

Mười năm tôi ở đây
lầu ba nhà một chín mươi Nam Kỳ Khởi Nghĩa
tiếng tắc kè nhỏ giọt trong đêm
tiếng mưa rừng nhỏ giọt trong trí nhớ

Mười năm tôi ở đây
vết đạn trên tường dù trát lại vẫn có màu vôi khác
con mắt chột của quá khứ
dò xét tôi từng ngày

Mười năm tôi ở đây
lắm lúc đứt hơi vì những cầu thang dài và dốc
chưa dốc và dài bằng thang biểu giá sinh hoạt
thế mà...
đã đi qua mười năm

Mười năm tôi ở đây
không dưới mười lần nhầm lẫn Dở và Hay
những ngón tay lưỡi câu bủa chập chờn bốn mặt
bùng nhùng cạnh tranh Giả và Thật
Tốt và Xấu đọ gươm ở mọi căn nhà
ngọn gió lành tiềm thúc ào qua

Mười năm tôi ở đây
xích lô máy xả súng vào tứ thơ vừa chợt tới
khói xe lam na ná khói bom xua đuổi chút mơ màng
dẫu vậy...vẫn nhỏ giọt dòng thơ không dễ dãi

Mười năm tôi ở đây
nhà tập thể xảy ra mấy trận cãi vả
va chạm lòng người còn chấn động hơn bom đạn nổ
phút tịnh tâm mới quí giá làm sao

TEN YEARS COUNTED OFF ON FINGERS

To friends

Ten years I lived here,
third floor, number 190, Street of the Southern Uprising,
the sound *tac ke* going drip, drip in the night,
the patter of forest rain drip drip in memory.

Ten years I lived here,
old bullet scars nubbed up under new paint,
the one-eyed man of the past
keeping a close watch on me each day.

Ten years I lived here,
losing my breath climbing the long steep staircase,
not steeper or longer, though, than the cost of living ladder,
and yet...
ten years gone by.

Ten years I lived here,
mistook the Mediocre for the Excellent at least ten times,
fingers jerking like hooks on all sides,
true and false all mixed together,
good and bad in the fray in every house,
the gentle wind of the subconscious blowing by.

Ten years I lived here,
the tricycle engine sniping at the passing Muse,
smoke from the lambretta recalling bomb smoke,
                              chasing away a dreamy moment,
even so...uncompromising lines of poetry still flowed.

Ten years I lived here,
through how many fights at the public-housing complex,
hearts shaken harder than by exploding bombs,
precious a moment the mind at peace.

Mười năm tôi ở đây
trẻ con chung cư tăng theo cấp số nhân
tôi cũng góp vào đó ba đứa
chớp mắt
con tôi lớn lên và nghịch như quỉ sứ
tôi già đi
và sốt ruột thấy chưa làm được gì

Mười năm tôi ở đây
ào ạt sóng gió thời quá độ
đánh tư sản—đổi tiền—điều chỉnh lương—tăng giá
ba lợi ích bung ra rồi lại thít vào
rồi đổi mới cơ chế quản lý kinh tế...
công việc còn ngổn ngang dở dang
chính vì thế mà có hy vọng

Mười năm tôi ở đây
thành phố giãn dân tạo dựng các công trường
mía thành đường đồng nước mặn nhiều tôm
chợ trời thưa hơn, trộm cướp vắng hơn
nốt ghẻ bớt đi trên da thịt phố phường
nhìn trước nhìn sau cũng có điều an ủi

Mười năm tôi ở đây
nắng gió trăng sao khá đầy đủ
lá me phủ màu xanh vào cửa sổ
thiên nhiên cũng biết cách đền bù cho nhiều nỗi lo toan

Mười năm tôi ở đây
chiều xuống lá rơi đầy
sáng choàng dậy con đường sạch sẽ
người quét rác chuyên cần trắng đêm lặng lẽ

Ten years I lived here,
children multiplying by geometric progression,
I contributed three of my own among them,
flash of an eye,
a son growing up fast, mischievous, daring,
me aging,
worried about accomplishing nothing

Ten years I lived here,
the rumble of storms in the "transitional period,"
get rid of the capitalists—changing money—adjusting pay scales—
                                         increases,
the three benefits announced and quickly dropped,
the machinery of economic management renovated...
many tasks still unfinished,
so still there is hope.

Ten years I lived here,
people evicted, sent to build the new collective farms,
sugar canes squeezed into sugar, salty fields plopping with shrimps,
the old open-door yard sales dropping off, fewer thieves and robbers,
fewer sores on the face of the streets and the cities,
looking back, looking forward, some consolations.

Ten years I lived here,
sunlight, moonlight, wind, stars—all of it,
the tamarind leaves decorating the window with green,
nature also knows how to make up for many cares.

Ten years I lived here,
the afternoons covered over with fallen leaves,
early mornings, woke to the clean street,
the street sweeper working quietly all night.

Mười năm tôi ở đây
các tụ điểm giải sầu lên cơn sốt chạy sô
tiếng hát bợp vào tai người nghe
ca sỹ vã mồ hôi như võ sỹ
sách vụ án đắt hàng còn thơ thì rất ế
có nhà văn ư ử ca cải lương
cây bút vẫn đêm đêm thao thức như cây chổi quét đường

Mười năm tôi ở đây
bạn bè thường rủ nhau nhậu nhẹt
nghĩ lại tiếc thương cho những mảnh đời tươi rói
bị giết oan
và những mảnh thời gian tâm thần phân liệt

vốt-ca-thuốc rầy, cô-nhắc-mía, uýt-ki-cồn-công-nghiệp
nhấp nháp vị đời muối ớt với ổi xanh
uống rượu suông là tự nhắm thịt mình

Mười năm tôi ở đây
thêm bạn mới và gặp nhiều bạn cũ
màu áo lính đi về cùng bụi đất mười phương
thằng còn sống chớ phụ lòng thằng chết
kỷ niệm chiến tranh như vết đạn trên tường

Mười năm tôi ở đây
nhìn cây mà nhớ đến cây
nhìn xe mà nhớ đến bầy hươu nai
mười năm bấm đốt ngón tay
mười cái tết khói nhang bay lên trời
trên bàn thờ tổ tiên tôi
có hương hồn của những người vô danh

Thành phố Hồ Chí Minh–Tết Ất Sửu 1985

154

Ten years I lived here,
the pleasure shops feverishly sprouting up,
songs beating down on people's ears,
singers wailing, their sweat heavy as a boxer's,
books on crime selling like mad; books of poetry going stale,
some writers trying to sing *cai luong*—the old southern opera song
                                        —out of tune,
pens working late every night, like the street-sweeper's broom.

Ten years I lived here,
friends coming by to ask me to go eat and drink,
those fresh, green times killed without cause
I feel sorry for,
and those times the mind and body going dead,

insecticide-vodka, sugarcane-cognac,
                        commercial-grade-alcohol-whiskey
whooped down with salt, green hot pepper, and guava,
to drink without these like drinking one's own flesh.

Ten years I lived here,
a few new friends, many old ones,
the old army colors spreading in the dust in all directions,
those still alive, trying not to shame those dead,
battle memories tagging along like scars on the wall.

Ten years I lived here,
looking at the new trees, I remember the old trees,
looking at the new cars, I remember the old deer,
ten years counting with my fingers,
ten years Tet's smoke spiraling, disappearing into the sky
on my ancestors' altar while
I feel the presence of the many nameless dead.

                              Ho Chi Minh City, Tet, 1985

TỪNG TRẢI

Anh nhét tấm huân chương vào học tủ
dửng dừng dưng với mọi vui mừng
cơn đói từng qua tử thần từng giáp mặt
mọi đau buồn anh cũng dửng dừng dưng

Hừ...kiến ngãi bất vi vô dõng giã
cái tốt ngày xưa han gỉ tít trong lòng
giữ thân nhiệt cầm chừng băm bảy độ
chờ ấm đầu trước mọi sự bất công

Mỗi ngày qua tiết trời dần đổi khác
không hại người là cái tốt hôm nay
này chú em, nồi gạo còn hay hết?
Còn xị nào thứ thiệt để cùng say?

Thưa liền anh...hơi men cay từng trải
đủ cho em run rẩy tựa sốt rừng
khổ và khó có đáng gì sợ hãi
chỉ sợ lòng trống trải dửng dừng dưng...

                                    1986

EXPERIENCE...

Medals stuffed into drawers
celebrations—for what...
days of hunger, times chancing death,
the deep-dug sorrow—all that done for.

See injustice, leave it be, be a coward,
let the old decency seep away,
keep the body warm a few more degrees,
never too hot-headed with good deeds.

The wind shifts with every passing day,
"leave it be" is today's virtue,
listen, has the rice bin bottomed yet,
anything left for a little high?

That bitter aroma I know it well,
enough to shake me like a malaria fit,
pain and hardship, they're nothing to dread,
death lies in being heartless and untrue...

1986

VỀ LÀNG

Kính tặng cha tôi và nông dân quê tôi

Làng ta ở tận làng ta
mấy năm một bận con xa về làng
gốc cây hòn đá cũ càng
trâu bò đủng đỉnh như ngàn năm nay

Cha ta cầm cuốc trên tay
nhà ta xơ xác hơn ngày xa xưa
lưng còng bạc nắng thâm mưa
bụng nhăn lép kẹp như chưa có gì

Không răng[1]...cha vẫn cười khì
rượu tăm còn để dành khi con về
ngọt ngào một chút men quê
cay tê cả lưỡi đắng tê cả lòng

Gian ngoài thông thống gian trong
suốt đời làm lụng sao không có gì
không răng...cha vẫn cười khì
người còn là quí xá chi bạc vàng

Chiến tranh như trận cháy làng
bà con ta trắng khăn tang trên đầu
vẫn đồng cạn vẫn đồng sâu
chồng cày vợ cấy con trâu đi bừa

Đường làng cây cỏ lưa thưa
thanh bình từ ấy sao chưa có gì
không răng...cha vẫn cười khì
giàu nghèo có số nghĩ chi cho buồn

Mẹ ta vo gạo thổi cơm
ba ông táo sứt lửa rơm khói mù
nhà bên say lúa ù ù
vẫn chày cối thậm thịch như thuở nào

158

RETURN TO THE VILLAGE

To my father and the people of my village

No way to find my native village but by going there,
so many years since last I returned,
tree roots, pebbles along the roadside, they look so old,
water buffaloes they walk as slow as years ago.

My father's hand still clutches the hoe
and my house looks poorer than ever,
the stoop-backed villagers, their skin faded by weather and rain,
their stomachs as reed-thin and hollow as ever.

Khong rang[1]...my father still laughs,
the *tam* wine saved for my visit,
how sweet the flavor of the field's spirit,
how dry the tongue, bitter the heart.

The back room, the front room, both bare,
a life of hard labor yields no fruits,
Khong rang...my father still laughs,
we have each other, what do a few pennies mean?

The war was like a fire that tore through my village,
the villagers' foreheads circled and circled in white bands,
and still the shallow fields and still the deep fields,
a wife plants, a husband tills, a buffalo plows.

The village roads bared of shrubs and trees,
peace has come but nothing comes of it.
Khong rang...my father still laughs,
wealth and want are fated, why feel sorrow?

My mother rinses the rice to cook,
straw smoke fills the broken three-pronged stove,
the neighbor mills rice, the same pestles,
same mortars grind as before.

Lũ em ta vác cuốc cào
giục nhau bước thấp bước cao ra đồng
mồ hôi đã chảy ròng ròng
máu và nước mắt sao không có gì

Không răng...cha vẫn cười khì
đời là rứa kể làm chi cho rầu
cha con xa cách đã lâu
mấy năm mới uống với nhau một lần...

Ruột ta thắt mặt ta nhăn
cha ta thì cứ không răng cười cười
ta đi mơ mộng trên trời
để cha cuốc đất một đời chưa xong

Thanh Hóa–cuối năm Thìn 1988

---

1 Không răng: vừa có nghĩa là không có răng (móm) vừa có nghĩa là không làm
sao cả (tiếng địa phương).

Brothers and sisters with hoes and rakes
urge each other to climb to the field,
sweat flows from their foreheads,
so much blood, so many tears, nothing to show.

Khong rang...My father still laughs
that's life, why bother complaining,
father and son separated so long,
we share a drink after so many years...

Heart knotted, face in a grimace,
father still says *"khong rang"* and laughs,
what dream have I followed all these years,
a lifetime he hoed the earth, a lifetime he hoes still.

Thanh Hoa, year end, 1988

---

1 *Khong rang* means both "toothless" and "it doesn't matter."

LẠNG SƠN, 1989

Tặng một người dưng

Ta về thăm chiến trường xưa
em—hoa đào muộn Kỳ Lừa mùa xuân
gió đi để lạnh mưa dầm
người đi để buốt dấu chân trên đường

Đồng Đăng...Ải Khẩu...Bằng Tường...
chợ trời bán bán buôn buôn tít mù
ta đầy một bị ưu tư
giá như cũng bán được như bán hàng

Trớ trêu nỗi Hữu—Nghị—Quan
giá như máu chẳng luênh loang mặt đèo
A Qui túm tóc Chí Phèo
để hai bác lính nhà nghèo cùng thua

Nỗi Tô Thị xót xa chưa
giá như đừng biết ngày xưa làm gì
giá như đã chả vô tri
để ta hỏi lối trở về thiên nhiên

Giá như ta chớ gặp em
để không mắc nợ cái duyên Kỳ Cùng
giá như em đã có chồng
để bòng bong khỏi rối lòng người dưng

Kỷ niệm mười năm mặt trận biên giới
(tháng 2.1979-tháng 2.1989)

162

LANG SON, 1989

To a passerby

I returned to the old battlefield
to you...late peach blossom spring of Ky Lua,
the wind gone, the rain freezing cold,
you gone, even your footprints that once marked this road.

Dong Dang...Ai Khau...Bang Tuong,
the open-stall markets did a great business,
but what did I have to sell,
a pack full of thoughts?

Friendship Pass. How bitter the name,
had there been no blood spilled over that gorge,
A Qui seized Chi Pheo by the hair,
two soldiers on either side seized their poor rucksacks.

How painful that story of To Thi,
could we forget how many times it happened,
could those rocks come alive,
could they tell us the right path to the heavens?

Could I have failed to meet you,
no longer be in debt from that rendezvous at Ky Cung,
could it be that you're home and married,
could it be that ball of thread didn't hopelessly knot a stranger's heart?

> 10th anniversary of the border campaign
> (2/1979-2/1989)

ĐÁ ƠI...

Ta mặc niệm trước Ăng-co đổ nát
đá cũng tan hoang huống chi là kiếp người

Đá ơi
xin tạc lại đây lời cầu chúc hòa bình!

Nghĩ cho cùng
mọi cuộc chiến tranh
phe nào thắng thì nhân dân đều bại...

Căm-pu-chia tháng 8.1989

OH STONE

I stand in meditation before Ankor's ruins,
if stone can be so shattered, what of human life?

Oh stone,
let me inscribe a plea for peace.

In the end, in every war,
whoever won, the people always lost.

Kampuchia, 8/1989

Về/Return
1994

VỢ ƠI...

Khi trong túi có mấy đồng ngọ nguậy
ta chạy rông như gì nhỉ—quên đời
lúc xơ xác bờm xơm từ sợi tóc
đói lả mò về
        cơm đâu
            vợ ơi...

         * * *

Và tao tác bạn bè cơn hoạn nạn
đòn du côn tóe máu tâm hồn
Và tung tóe cả bướm vàng bướm trắng
này giọt cay giọt đắng giọt buồn nôn
móc họng mửa ra cầu vồng bảy sắc
vợ dìu ta
        từng bậc thang mòn...

         * * *

Đêm huyền ảo một kinh kỳ se lạnh
một mình ta cô quạnh giữa muôn người
mặt sông lạ gợn nếp nhăn đuôi mắt
bủn rủn buồn
      ta thầm kêu
          vợ ơi...

                Praha tháng 7.1990
                Hà Nội tháng 12.1990

WIFE, DEAR...

A few piasters stirring in my pocket,
I run around like mad—forget the world,
tattered and penniless, my hair disheveled,
consumed by hunger, I return
           where's the rice
                  wife, dear...

* * *

Troubled—friends all in distress,
gangsters' teeth poisoning the soul's blood,
scattering everywhere—yellow, white butterflies
drops biting, bitter, and nauseating
vomiting out a seven-colored rainbow
        wife leads us
              step by step
                    up the old worn staircase...

* * *

In the illusory night a royal city shivers,
among a multitude I am utterly alone,
in a strange river water ripples, someone's eye wrinkles
sadness unspeakable
           I call out silently
                wife, dear...

                        Prague, 7/1990
                        Hanoi, 12/1990

ÁM ẢNH CÁT

Bom đạn đỏ một mùa hè Quảng Trị
cát trắng xèo từng giọt máu rơi
dây dưa ếch bò toài qua lửa
quả mát thầm dẫu lá cháy quăn rồi

Một người mẹ bồng trái dưa trọc lốc
tóc xõa xô cát bạc dợn trên đầu
con hy sinh xác dạt bến nước
dân táng thờ linh miếu nhỏ bên cầu

Mười năm sau...mẹ vẫn dưa ếch
cát vẫn rang dây lá vẫn bò toài
mẹ đi chợ nửa đường đứt gánh
trái dưa lăn tròn lông lốc lăn hoài

Mười lăm năm...kiệt khô lá héo
chợ bờ sông mụ hành khất điên cười
con chết trẻ làm thần liệt sĩ
mẹ sống già làm ma giữa đời

Gió rờn rợn một mùa hè ám ảnh
cát trắng xèo từng giọt đỏ tươi

Gặp lại Gio Linh—mùa hạ 1991

170

SAND OBSESSION

Bombs and bullets rake a red summer in Quang Tri,
white sand burns crimson in blood,
melon vines crawl up around the flame,
fruits still cool though leaves burnt dry.

A mother holds fast to a melon torn from the vine,
scattered white specks on her sand-soaked head,
her son's body floats in to the pier,
villagers bury him, make a small shrine by the bridge.

Ten years and the mother grows melons still,
the sand still burns, the creepers crawl up,
halfway to the market her pole breaks,
melons fall, roll and roll and roll.

Fifteen years...leaves withered in drought;
a riverside market, a beggar's silly laugh,
a son killed, a hero ghost of the nation,
a mother living, ghost of the world.

Wind sends a shiver down a summer of obsessions,
white sands glow crimson—each grain a red corpuscle...

Back at Gio Linh, Summer, 1991

MỜI VỢ UỐNG

Mỗi năm tết có một lần
mời em ly rượu tay nâng ngang mày

Vợ cười chưa uống đã say
ngọt ngào thì nổi đắng cay thì chìm

Gót chân ăn vẹt bậc thềm
quanh năm tất bật đi tìm ngày xuân

Tóc loay hoay bạc...bạc dần
mỗi năm tết có một lần thôi em

                    Tết con Gà 1993

OFFERING MY WIFE A DRINK

Tet comes but once a year,
please accept this drink I hold up to you, dear wife.

You smile, you like the wine already, even before you taste it,
what's sweet will rise; what's bitter will sink.

Our feet have worn away so many roads,
all year round we've worked, hoping for a day of spring.

Dear wife, our heads grow white and whiter,
Tet comes but once a year.

Year of the Rooster, 1993

RƠI VÀ NHẶT

Em nhặt được tôi rách giời rơi xuống
đường chỉ tay tím mọng vết bầm

Tôi nhặt được em giọt sương xót môi nứt
đốm trăng cong cọng cỏ đồng hoang.

Có một mẩu tình yêu bé teo
vảy vàng cám phu đào vàng đánh rơi
ta dát ra sơn thếp cả kiếp người

Có chút gì cơn gió thoảng đánh rơi
tôi nhặt nhạnh li ti bụi chữ
đốt lò tâm linh chơi trò luyện thơ

Có đồng xu nhỏ rơi ngõ chợ
em nhặt về nuôi đỡ những ngày con
hột cơm Thạch Sanh cứ hết lại còn

Và ta tự đánh rơi mình từng chút
từng giọt đắng hình như là mồ hôi
từng giọt chát hình như là nước mắt

Le lói rơi và ấm áp rơi
từng giọt nắng hình như là sữa
từng giọt lửa hình như là máu ứa

Em ạ hình như ta chả là gì cả
rơi đất cát rơi rơm rạ
lại có ngày ai đó nhặt ta thôi.

Hà Nội 27.7.1991

174

FALL AND FIND

You picked me up when I was torn from the sky,
falling on palms bruised and blue.

I picked you up when you were dew on
a crescent moon, a tip of white on grasses in that field.

A small, small matter of love,
a golden scale, a ground rice husk,
a bit of gold the digger lets drop;
stretch it out, we plate our lives.

A small particle the wind lets fall,
word dust, I finger each scrap,
light the spirit stove, perfect the poem.

A penny falls in the marketplace,
pick it up, nurse the offspring days,
the Thach Sanh rice though gone will return.

And we, we let ourselves fall, little by little,
drops bitter as sweat,
drops sour as tears.

We fall and flicker, fall in heat,
in sunlight like milk,
in flame like spilled blood.

My love, we are nothing,
fall earth, fall sand, fall straw, fall stubble.
Someday they will find us.

Hanoi, 7/27/1991

BAO CẤP THƠ

Ta dù lếch thếch lôi thôi
mong thơ sinh hạ cho đôi ba dòng

Cứ chìm nổi với đám đông
riêng ta xác định ta không là gì

Cứ bèo bọt bước thiên di
đưa chân lục bát mà đi loằng ngoằng

Cứ nòi lẩn thẩn ngàn năm
vu vơ động cỡn tâm thần tâm linh

Cứ là rượu của chúng sinh
cho ai nhấm nháp cho mình say sưa

Cứ như cây cỏ bốn mùa
giọt sương giọt nắng giọt mưa vơi đầy

Thơ ơi ta bảo thơ này
để ta đi cấy đi cày nuôi em

1992

SUBSIDIZED POETRY

Like a beggar in rags I wander around,
poetry, spare me a few songs.

Like a cork bobbing in a swirling throng
I have no doubts—a nobody that's who I am.

Like duckweed floating downriver
my six-eight feet make their crooked journey.

Like a man crack-brained a thousand years,
my mind from this vague world flies off to spiritual matters.

All around me the world sips until full on the wine
of life. I settle for small quiet drafts,

Like the trees and grasses that let slowly fall a drop
of dew, a drop of sun, a drop of rain, in all four seasons.

O poetry, I give you my word, I'll plow
and plant long and hard to keep you alive.

1992

KIM MỘC THỦY HỎA THỔ

I

Quả đất nóng dần lên
tầng ô zôn có vấn đề gì đó

Sọ dừa gặp vấn đề trì trệ
tri thức nhồi vào tri thức cứ phòi ra

Mắt vấn đề toét tai vấn đề
bất an vấn đề giấc ngủ

Sâu rầy đang vấn đề cánh đồng
rừng cây vấn đề cháy và rụi

Nón hành khất ngã vấn đề xó chợ
trẻ lang thang vấn đề bụi đời

Lổn nhổn hành tinh vấn đề đẻ và đói
chiến trận tuôn vấn đề đỏ lòm

*

Chó cứ sủa người cứ đi
những con đường đầy vấn đề ổ gà

Những nhịp cầu chông chênh quá tải
vấn đề nay mai sập bất cứ lúc nào

Những giống người tham gặm cả trời đất
vấn đề ngày kia thiên nhiên ăn thịt tuốt

Vấn đề nước cầm đầu lũ lụt
vấn đề lửa thủ phạm hỏa hoạn

Khủng hoảng thiếu thần linh
khủng hoảng thừa yêu quái

178

METAL, WOOD, EARTH, WATER, FIRE

I

The earth is getting hotter,
the ozone layer is having its problems.

Coconut skulls have a problem with inertia,
the more knowledge we pour in, the more oozes out.

Eyes, ears, have problems: they're blind and deaf,
nights have problems: they can't sleep.

Insects have problems with the fields: plagues,
forests have problems: they are burning and dead.

The markets have problems: too many beggars,
wandering children have problems: they have no homes.

Planet after planet, the same problem: hunger and birth,
war brings its own problem: the dead and dying.

*

Dogs bark so the caravan moves on.
The roads have problems with potholes.

Bridges rumble with each overloaded truck,
some will soon have the problem of buckling.

There's greed enough to gnaw away the whole earth,
soon no nature left.

Water causes the problem of flooding,
flame causes the problem of fire.

There's the crisis of spiritual deficiency,
there's the crisis of demon glut.

Đại loạn thay cái thiên nhiên rắc rối
vấn đề tầng ô zôn cả thôi

II

Lục bục bụng dạ sôi
ruột gan vấn đề gì đó

Nghe chừng lục phủ ngũ tạng đều cọt kẹt
sida giác quan ung thư toàn thân

Không thể nói rằng ta bất cần
ta cần sống và cần đủ thứ

Cần dinh dưỡng cần khí thở
cần giấc mơ nõn ngọn rau xanh

Cần phút lặng thinh mặc niệm những mối tình
quan họ
những người tình không giao phối bao giờ

*

Thất xà ngóc cổ trong hũ rượu
nọc rắn tuần hoàn bổ âm bổ dương

Độc trị độc nhộn nhạo huyết quản
lúc nhúc hổ mang khè hang hốc xương

Gần đây ta ngài ngại đi ra đường
dù chả để làm gì ta muốn ngồi một mình

Vu vơ một mình trống rỗng một mình
ta sờ sợ nơi nào nhiều khôn vặt ít thông minh

Ta nhờn nhợn cái há mồm vĩ nhân tôm cá
khạc đủ đồ nghề thằng nọ con kia

There it is. All the problems with this troubled earth,
the ozone layer must have problems.

II

The stomach growls,
must be some problem in the liver and bowels.

All our internal organs creak and grieve.
Cancer or HIV?

We can't pretend we don't care,
we need air so we can breathe.

We need food so we can eat,
we need dreams tender as green shoots.

We need moments of silence to commemorate our "Quan Ho"
love affairs,[1] all the lovers we've never touched.

*

A snake raises its head in the jar of alcohol,
its poison moves through the blood, balancing yang and yin.

Poison kills poison in our arteries,
a den of rattlesnakes hiss and bite.

Lately, I'm afraid of walking out to the street,
nothing to do, but I prefer to sit in solitude.

Alone with my thoughts, alone with my emptiness,
away from places filled with smart calculations.

I'm frightened by fishy words that swim out from
                                    the mouths of great men,
they carry a whole new bag of tricks with them, curse and swear.

Ta mặc cảm cái bóng đèn điện không có điện
lủng lẳng trần nhà thường làm ta giật mình

Ta ngan ngán bóng quan hoạn giả thiến giả đạo
vừa ăn hoa hồng vừa xơi hoa đào

Những phường buôn cứt bán chó
nợ khó đòi thì làm gì nào

Những bất ổn đầy rẫy
thì đã sao thì làm sao?

Có người thách ta đánh nhau
ta bảo ta yếu rồi lại không có võ

Có kẻ thách ta chửi nhau
ta bảo ta vừa bị mất trộm cả sọt từ ngữ

Có đứa thách ta nhổ vào mặt nó
ta bảo ta hết đờm rồi.

*

Ta chúi mũi hà hơi lên trang bản thảo
hô hấp nhân tạo những con chữ khó thở

Ta khao khát tiếng hát giun dế
không kiểm duyệt không biên tập

Ta ao ước cái bay chim chóc
không hộ chiếu không biên giới

Chó già giữ xương mèo già hóa cáo
ta già ta hóa trẻ con

Thiêng liêng thay khoảng lặng cô đơn
người hóa thánh chỉ khoảng khắc ấy

I break out in a sweat from the dead electric bulb that hangs
                                        from the ceiling,
its sudden swing scares me to death.

I am tired of the eunuch pretenders playing the holy fathers;
they eat the full commission, and the principal too.

Or traders in filth and trash
who won't pay their debts, to hell with you!

Misery and trouble everywhere,
so what? So, what's your problem?

They come and challenge me to box;
I say I'm weak and don't know any martial arts.

They come and challenge me to a cursing contest;
I say someone has just stolen my sack of words.

They come and challenge me to spit in their face;
I say I have run out of phlegm.

                            *

I break my back trying to breathe life into my manuscripts,
doing artificial respiration on dead words.

I yearn for the songs of the ants and crickets;
they sing with no editing, no censorship.

I long for the flights of birds;
they fly without borders, without passports.

An old dog holds on to the bone; an old cat becomes a fox.
When I'm old, I will become a child.

How holy a moment of solitude,
a man can turn saint in that instant.

III

Nóng quá trằn trọc quá
tầng ô zôn có vấn đề gì đó

Quạ cũ kêu sương ươn ướt dĩ vãng
tiếng cú rạch trời rơi từng giọt bầm đêm

Giấc mê mệt thiêm thiếp chiêm bao trắng
loạng quạng ma nhảy nhót trước thềm

Thử nhập đồng khúc tăng gô quỉ
chợt thấy mình thối rữa từ từ

Kèn trống rỗng mọc móng mọc vuốt
gầm gừ đèn lân tinh nhờ nhợt

Ú ớ mồ hôi
chân lỡ nhảy—phải nhảy—cứ nhảy...

\

*

Bước nhảy nảy tư duy thị trường
kinh doanh xác mình dù giá thậm rẻ mạt

Quạ có mua ta bán trọn gói
hoặc bán từng phần trước khi thối rữa hết

Cú có mua ta chấp nhận hạ giá
chấp nhận cho trả góp từng phần

Như kiểu bán từng phần rừng bể núi sông
từng khúc ruột đất từng mẩu mặt
        bằng từng miếng địa ốc

Thời buổi thị trường mọi việc đều có thể
có thể nước này mua trọn gói nước kia

III

Too hot. I keep tossing and turning,
there must be problems in the ozone layer.

The crow calls in the mist. Isn't our past a misty one?
The owl's cry pierces the sky. Where are the black-and-blue wounds
                                                    this night?

Uneasy sleep convulsed in white dreams,
ghosts dance in jerks and spasms out on the porch.

I'll join in a demon's tango,
feel myself slowly disintegrate.

The empty trumpet sounds grow claws and wings,
the mercury lamp growls in a milky darkness.

Sweat mumbles;
once you dance—you have to keep on dancing—dancing...

                              *

The dance steps lead to that old market mentality.
Sell our bodies even if the price is worthless.

If the crow is willing, we'll sell the whole lot,
or we'll sell it piece by piece until everything rots.

If the crow is willing, we'll discount it,
accept payment on credit.

Piece by piece sell off the river, mountain, forest,
piece by piece land and fields, estates.

In the new market economy we can always find a way,
one country can buy off another.

Có thể lập những liên doanh ma quỉ
những công ty bán nước từng phần

Có thể kể những tập đoàn siêu quốc
những quốc gia mất nước từng phần

Cái xác ta thì có nghĩa lý gì
ta tự tháo khớp và tự bán

                    *

Chuyện xưa ông lão kiết dạy con:
"Khi cha chết xẻ xác cha mà bán..."

Ta thì phải tự tay làm lấy
sợ các con chia chác không đều

Tự đọc điếu văn soạn sẵn vĩnh biệt mình
tự giải thoát một thời mộng mị

Cuốn gói hồn đi kinh tế mới vầng trăng
cấy lúa trồng khoai Kim Mộc Thủy Hỏa Thổ

Ta đi đây...kinh tế mới vũ tru.
vượt tầng ô zôn đang có vấn đề

                    IV

Ngôi sao xa xôi bất ngờ đổi ngôi
ánh sao băng chợt đọng đẫm hố mắt

Ngọn gió thông thường lay ta tỉnh giấc
khí thở thông thường thoi thóp lại ta rồi

Ta bịch về mặt đất bất ổn
nhố nhăng đến chết nết không chừa

Lại lục bục bụng sôi
lại ruột gan vấn đề gì đó

186

We can form shadowy syndicates
companies to sell away the country piece by piece

We can count supranational cartels,
bit by bit a state can wither away.

What little value our body has
we can take it apart and sell it.

*

In the old story, the poor man tells his son
"When I die, don't bury my body, sell it..."

Now we may have to do that ourselves,
for our children may not divide our body equally.

We'll write and read our own eulogies. We'll say goodbye to ourselves,
free ourselves from a time of illusory hope.

We'll take our small bundles off to the new economic zone,
plant rice, grow potatoes the way of the Five Elements.

We'll set off...for the Earth's new economic zone,
speed off beyond the ozone layer where there are problems.

IV

Now suddenly the distant stars shift positions,
the light of a falling star floods the eye's socket.

The wind wakes us up,
the air killing us slowly.

We fall back to the trouble-filled earth,
the same ridiculous behavior reinventing itself.

Again, our stomach growls,
some problem with our liver and bowels.

Lại thử nhớ những mối tình quan họ
những người tình không giao phối bao giờ

Lại đi đưa những đám ma từ ngữ
xác chữ chôn đầy nghĩa địa giấy vô hình

Lại khốn khổ với sọ dừa trì trệ
nhồi tri thức vào tri thức cứ phòi ra

Lại càu nhàu quả đất nóng đần lên
nghi tầng ô zôn có vấn đề gì đó...

V

Ta lững thững xách sọ dừa đi chợ
tìm chú vịt tàu lai thím vịt xiêm

Ẩn sĩ Lêguym tọa thiền giữa chợ
gia vị ê hề những chua chát đắng cay

Những quàng quạc đành đạch âm nhạc
những cua ốc nghêu sò nguồn thi hứng tràn đầy

Những cuốn muống non ròng ròng ứa nhựa
oái oái khoái cái roi rói chợ

Cứ thế bình tâm cân bằng dần các thứ
ngà ngà say men chợ thường ngày

Cứ phảng phất thơm chùa những hồng hào má
những thắm cười tươi như hoa nhà ai

Cứ ấn tượng bàn tay bậc thầy mổ cá
bái phục giáo sư vặt lông vịt thiên tài

Tiết vịt sống hài hòa lòng vịt chín
món tiết canh thần tiên lấp lỗ hổng sọ dừa

Again, we're haunted by the memory of "Quan Ho" love affairs,
the lovers we never touched.

Again, we walk in the mist of ghostly words,
the bodies of dead words filling an invisible cemetery of books.

Again, we're pained by the uncomprehending coconut skull.
The more knowledge we pour in, the more it oozes out.

Again, we complain of the earth's growing temperature,
we suspect problems in the ozone layer...

V

We take the coconut skull on a leisurely walk to the market,
try to find a Chinese duck with Siamese blood.

The Legume hermit sits meditating in the middle of the market
surrounded by spices of all kinds—bitter, hot, sweet, and light.

The rowdy music, the crackling and quacking
music of crabs, of snails, and oysters, give rise to wild thoughts.

Rolls of water spinach, dewy green, overflow with a milky sap,
the raw glitter, the pleasing chaos of the marketplace.

With calm, we can balance everything in time,
even drunk with the market's daily ferment.

Each rosy cheek brings a whiff of temple fragrance,
each sweet smile recalls the memory of another.

Applaud the master of the art of fish-cleaning,
be amazed by the genius of the professor of feather-plucking.

The duck's fresh blood goes well with its boiled innards.
The dish of chilled blood finally packs the coconut skull.

*

Vào cuộc nhậu có kẻ rất sợ tiết
dù ở đời họ máu tiết canh nhau

Thì làm sao
thì làm gì nào

Thì ta thi tài với con nít lối xóm
cờ tướng cờ vua cờ ngựa cò ô...

Và chơi lại trò xưa đơn giản như là không có gì
ván âm dương Kim Mộc Thủy Hỏa Thổ

Năm ô cờ sắp xếp cả thiên hạ
ngồi xổm chơi hay bệt đất thì tùy

Và nghêu ngao lõng thõng hò vè
giun dế du dương ểnh ương đắm đuối

Và ngạo nghễ khúc đồng dao nhăng cuội
lời trẻ con phấp phới ngũ hành kỳ...

Cuối năm con Dê 1991
Đầu năm con Khỉ 1992

190

*

In a feast, there are many frightened by the dish of chilled blood
but in life they bleed each other to drink...

So what,
what can we do?

So what, shall we compete with the neighbors' children,
play Chinese chess, English chess, horse chess, hopscotch...

Play again the simple games of old, as if we've no concern
in the world,
or that yin-yang game of the Five Elements—
Metal, Wood, Water, Fire, and Earth.

Five squares seat the whole of mankind,
we can play it squatting or sitting flat on the ground,

we can croon some folk-song ditties,
the love songs of ants and crickets, the passions of frogs.

Sing again the old country ballads with proud self-assurance,
the words of children ringing in the flapping of
the Five Element flag...

End of the Year of the Lamb, 1991
Beginning of the Year of the Monkey, 1992

1 "Quan Ho" affairs: Quan Ho is a form of folk-song contest very popular in
North Vietnam. Village girls and boys form teams, dueling each other in singing
folk poems that they compose extemporaneously. Relations formed in these
events may or, more often than not, may not last.

PHÁO TẾT

Cả trầngian tí tởn
đón xuân sang tưng bừng
có một thằng dớ dẩn
ngồi làm thơ rưng rưng...

Cả thành phố như nổ
tiếng pháo rền vang xa
có một lão bị gậy
khóc khàn trên sân ga

Cả thành phố như cháy
lập lòe ánh hỏa châu
có một bà bới rác
nằm co ro gầm cầu

Cả thành phố như khói
khét lẹt mịt mờ mây
có một em điếm ế
đón giao thừa gốc cây

Cả thành phố như toác
xác pháo dày vỉa hè
có chú bé đi bụi
khoèo mé hiên lắng nghe

Toác khói cháy nổ tởn
trận mạc nào đang qua
có một người nạng gỗ
ngồi bên sông nhớ nhà...

Đêm trừ tịch năm Nhâm Thân 1992

NEW YEAR FIREWORKS

The whole world off tossing down the good rice wine,
throwing a bash for springtime,
there sits the crazy poet,
scribbling lines, on the verge of tears...

The whole city seems to explode,
fireworks thunder in the distance,
an old man with a stick and bag
sobs quietly by the train station.

The whole city seems to be on fire,
the sky suddenly streaked in flares,
a woman picks through the garbage,
shrivels up beneath a bridge.

The whole city seems awash in smoke,
scents of fire fill the sky,
a streetwalker greets the New Year
alone beneath a tree.

The whole city seems to crack open,
firecrackers smother the pavements,
a child lives alone in the dust,
curls up beneath a veranda listening.

Smoke rises, explosions rumble,
what battle has just passed through,
a man on a wooden crutch sits by the river,
dreaming of home...

Midnight, New Year, 1992

CHÙM THƠ HAI CÂU

GẶP MA

Ngấp nga ngấp ngoáng kêu ma
hóa ra ta gặp bóng ta trên tường

RÓT NGƯỢC

Tồ tồ trả rượu vô chai
buồn thân phận luễnh loãng vài bọt tăm

LỤA

Người đâu tơ lụa xênh xang
chạm tay da thịt mọc toàn cỏ may

BẠCH

Lụa chi mà nõn mà nà
thò tay lành lạnh yêu ma quỉ thần

GÓI

Ta cài cúc áo cho em
run tay gói lại một miền cỏ lau

THI SỸ A

Lầu gương thi sỹ gật gù
chấn song phố chợ bỏ tù ánh trăng

TWO-LINERS

GHOST

Baffled and frightened, I cry ghost, ghost,
only my own shadow out on the road.

RECANT

I pour back the wine into the bottle,
sadness simmers in the froth.

SILK

What brilliant silk, what finery,
a touch on the skin curls a field of weed.

WHITE

Such smooth silk, such blooms,
a hand brush, steel-cold ghosts.

WRAP

I button up your blouse,
a tremor moves through a field of *co lau* grass.

POET A

From the glass tower the poet nods,
in the market window bars imprison the moonlight.

THI SỸ B

Nghe đồn thi sỹ đi buôn
trời sao thỏa thuận bán luôn bầu trời

THI SỸ C

Nghe đồn thi sỹ làm quan
gió mây bỗng hết muốn làm gió mây

THI SỸ D

Từ khi thi sỹ mập ù
trăng rằm xuống tóc đi tu giữa trời

THI SỸ E

Tái hồi thi sỹ dong chơi
cỏ cây nguyện cứ sống đời cỏ cây

THI SỸ F

Câu thơ giữa khóc giữa cười
người đi như xác chết trôi giữa đường

POET B

Rumors say the poet has gone into business,
the skies must have agreed to be for sale.

POET C

Rumor has it the poet's now a high official,
wind and cloud send in their resignations.

POET D

Since the poet's gained a ton of weight,
the full moon trims its hair to get closer to heaven.

POET E

The poet returns to his wandering,
grass and tree wish to live as grass and tree.

POET F

The line is drawn between laughing and crying,
he moves like a drowning man in the street.

VỀ ĐỒNG

Rơm rạ ơi ta trở về đây
gió sùng sục mùi bùn nằng nặng ngấu
mộc mạc tím cánh hoa bìm bờ dậu
vắt vẻo cành tre sáo sậu gọi tên mình

Rơm rạ ơi ta trở về đây
nắng lóng lánh trong veo mầm mạ trắng
lưng trần ứa giọt sương người mằn mặn
tiếng cuốc kêu thất bát buổi trưa đầy

Rơm rạ ơi ta trở về đây
cô hàng xóm vặn tay bồng tay bế
bàn tay ấy có lần ta chạm khẽ
thuở phải lòng nhau nào dám gì đâu

Rơm rạ ơi ta trở về đây
ráng chiều cháy cái màu rơm rạ cháy
đồng hí hoáy cố nhân đi cấy
mông nứt đôi nhẫn nại chổng lên trời

Rơm rạ ơi ta trở về đây
xin cúi lạy vong linh làng mạc
bà và mẹ hóa cánh cò cánh vạc
ông và cha man mác kiếp trâu cày

Rơm rạ ơi ta trở về đây
ngôi chùa cũ mái đình xưa khuất bóng
cỏ áy vàng bãi tha ma vắng
lòng ngổn ngang gò đống tổ tiên nhà...

Quê nha–mùa hạ 1992

BACK TO THE FIELD

O straw and stubble, I come back to you,
a hard wind blows heavy with the odor of mud,
along a fence morning glories bloom in simple purples,
straddling the bamboo twigs, a magpie calls my name.

O straw and stubble, I come back to you,
the sunlight falls on the white translucent seedlings,
the water buffalo's back oozes with a man's salty sweat,
the moorhen breaks the noon's fullness with her cry.

O straw and stubble, I come back to you,
a neighbor's arms weighted down with children,
an arm I once touched so lightly in love's first days
and all the days that followed.

O straw and stubble, I come back to you,
an evening sky burnt the color of straw and stubble,
a field on fire with bodies of old farmers bent planting,
their split buttocks turned patiently towards the sky.

O straw and stubble, I come back to you,
O please let me bow to the village spirits,
to mothers and grandmothers, the heron's wings,
fathers and grandfathers, the hard life of the water buffalo.

O straw and stubble, I come back to you,
to the old pagoda, the temple no longer standing,
to the deserted cemetery, the grass turning deep yellow,
the knolls and mounds of my ancestors deep in its heart...

                              Native village, Summer, 1992

THUỐC LÀO

Sớm mai đánh bệt trước thềm
đứ đừ phun khói thuốc lên tận trời

Cha tôi mất đã lâu rồi
tôi về ngồi chỗ cha ngồi năm nao

Rít còi phụt khói rõ cao
trời lao đao đất lao đao lờ đờ

Nước chè tươi rót vàng mơ
đôi khi hạnh phúc đơn sơ vô cùng

Tôi qua lắm núi nhiều sông
khói ngày xưa ám trong lòng còn cay

Ngẩng đầu đưa khói vào mây
nghênh ngang hiền triết điếu cày thăng thiên

Tháng giêng 1993

200

TOBACCO FOR THE WATER PIPE

Early morning I lie stretched out on the terrace,
exhale tobacco smoke, send it on its way back to heaven.

My father died many years ago,
on the spot where he used to sit I sit now.

I draw the smoke in deep, breathe out,
heaven and earth dance slowly about.

Fresh green tea in a golden stream,
what happiness can be so simple?

So many mountains and rivers I've crossed,
smoke from the old days still leaves a burnt aftertaste.

This smoke I'll blow into a cloud, heaven-borne
on the water pipe like a sage of old.

January, 1993

CHIỀU MẬN HẬU

1
Quanh ta hang động hơi nhiều
lòng ta bỏ ngỏ bao nhiêu khoảng trời
đành rằng đằng ấy mưa rơi
đằng kia nắng vẫn đầy vơi ánh vàng

2
Ta chào ngõ bụi lầm than
tìm trong trẻo ngọn nồm nam quê mùa
bờ đê quán lá lưa thưa
em ròn tan trái mận chua chín ròng

3
Lênh phênh cầu mới Thăng Long
chiều mận chín tím mọng dòng phù sa
biến dần cồn bãi bao la
còn li ti lắng đọng ta với mình

4
Đưa tay nhíp mắt lặng thinh
nghe Hồng Hà nước vật mình mà trôi
chắt chiu vui bé bỏng ơi
hoàng hôn mận Hậu tuyệt vời không em

Hà Nội tháng 6.1992

202

HAU PLUM EVENING

1
Caves and tunnels all around me,
how many horizons left open,
still, even if it rains over there,
over here the sun sheds its gold light.

2
To the path of dust and misery, my respects,
I search only for a small bit of clarity, the grassland's south wind,
near the dike, in the straw-covered stall,
the sour deep-purple plum and you, its compatriot.

3
The new Thang Long bridge shudders in the wind;
the plum evening ripens, reddens the thick alluvial stream
                                        a deep purple,
sandbanks stretch, fields sink into darkness,
a little something lingers—you and I.

4
Our eyes slightly closed, in silence,
we listen to the Ha river toss and turn,
hold fast to a joy so negligible,
and the plum evening at Hau, wasn't it as faultless, my love?

Hanoi, 6/1992

VẢI THIỀU

Ai nhân ra giống vải thiều
vòm xanh lấp ló bao nhiêu má hồng

Ai làm ra lúng liếng sông
để đưa tu hú sổ chồng sang ngang

Ai sinh ra thói tình tang
để ai hóa gió lang bang quê nhà

Một mùa vải chín đi qua
nghe tu hú động lòng ta bốn mùa

Hà Nội–mùa vải 1992

THIEU LICHI

Who increases the genus of the *thieu* lichi
its cheeks of red seasons hidden in the green arches?

Who creates the many glistening rivers,
makes the black cuckoo untie the knot for a new mate?

Who gives birth to the game of love,
turns travelers into winds wandering the land?

A season of ripe lichis has gone by,
the black cuckoo's call shakes me through all the four seasons.

Hanoi, the lichi season of 1992

MẮT NHÃN

1
Mắt hạt nhãn đen thầm sau kẽ lá
đủ thôi miên chạng vạng cả đời ta

2
Con mắt nhãn móc sẵn bày ra đĩa
trợn trừng trừng sởn hết cả da gà

3
Xin đừng bóc vỏ dùm nhau nữa
mắt lột trần kinh hãi lắm em ạ

4
Thế...như thế...cái nhìn phai phải thế
không quá gần và không quá xa...

Hà Nội–mùa nhãn năm 1992

206

THE LONGAN'S EYES

1
Longan eyes, midnight amulets in leaves,
hypnotic, ready to set my life adrift.

2
Longan eyes skinned, scooped out on the dish
stare unsparingly, make the flesh shrivel.

3
No, let's not strip bare this fruit we offer,
naked eyes, a cause for fear.

4
That's it...just so...just a glance
not too far, too close...

Hanoi, the longan season of 1992

MẮT NA

Tặng Thu Bồn

Rủ nhau thăm cỏ vườn đồi
gió hoang lay động một trời lá na

Na ơi hãy mở mắt ra
mà xem trăng thế mới là trăng suông

Rượu suông uống với cây vườn
với em chia sớt nỗi buồn màu đêm

Chúng mình nhắm mắt đi em
cho na mở mắt ra xem chúng mình

Suối Lồ-ồ 7.9.1992

208

THE CUSTARD APPLE'S EYES

To Thu Bon

We call on each other to visit the grasslands in the high hills,
a harsh wind shakes a sea of custard apple leaves.

Custard apples, please open your eyes,
see how the moon casts down its empty shadows.

With the trees in the garden, drink deep the moon's hollow wine,
they too share the night's sadness.

Let's close our eyes, love, the custard apple's eyes,
our only witness.

Lo O Spring, 9/7/1992

Thơ Bụi/Dust Poems
1996

BÀI CA PHIÊU LƯU

1
Xin em đừng nản lòng yêu
tình tang là cuộc phiêu lưu tuyệt vời

2
Xin em đừng ngán cuộc chơi
phiêu lưu đã nhất trần đời là mơ

3
Xin em đừng mỏi mong chờ
phiêu lưu tới bến tới bờ còn xa

4
Xin em đừng vội vã già
hiểu cho nhau sống đã là phiêu lưu

Hà Nội Đêm 31.12.1996

SONG OF ADVENTURE

1
Don't give up on love,
passion leads the way to the wildest adventure.

2
Don't get weary of the game,
adventure leads the way to life's greatest dreams.

3
Don't become tired of waiting,
our ship will land at many distant ports and shores.

4
Don't hurry to grow old,
live and let live—that's already the adventure.

Hanoi, 12/31/1996

LỤC BÁT XA XỨ

1. TEXAS 16.6.1995

Với Thường Vạn, và...

Nhong nhong ngựa ông lên trời
đánh đu mấy gã cao bồi chăn mây

Vợ trời trắng nõn múa may
cúi trông miền hạ thương bầy bò hoang.

2. BOSTON 21.6.1995

Với N.Bá Chung, N.Mạnh Hùng
N.Trọng Khôi, và...

Bia lon thỗn thện người lon
ễnh ềnh ệch hỗn hòn hon thùi lùi

Trắng vàng đen láng coóng đùi
ngo ngoe ngứa nỗi buồn vui không màu

3. NEW YORK 7.7.1995

Với N.An Trung, T.Quốc Thịnh, và...

Người xe nghe suối tuôn xè
nhà khe nghe núi đá khe tầng tầng

Vỉa hè viễn xứ chôn chân
leo lên vỗ vỗ vai Thần Tự Do

SIX-EIGHT FEET ACROSS AMERICA

1. TEXAS, 6/16/1995

> With Thuong Van, and...

Horses of the immortal gods shuffle off to heaven,
hanging cowboys tend the clouds.

White and fresh as silver, the wife of heaven
looks earthward, pity on the homeless cows.

2. BOSTON, 6/21/1995

> With N. Ba Chung, N. Manh Hung,
> and N. Trong Khoi

The beer caught in the can, human caught in the skin,
the crow's darkness, redwings, satin and silk.

A toad's cry, a birthing darkness, a silken numbing,
a nascent prick for a nameless itch.

3. NEW YORK, 7/7/1995

> With N. An Trung, T. Quoc Thinh, and...

Cars, human beings, a gushing spring,
houses like peaks, rocks like towers.

Stuck on this far pavement,
climb the woman's statue, inside, tap tap her hand.

4. WASHINGTON 12.7.1995

Với Văn Lê, Cao Tiến Lê,
Đinh Cường, và...

Mải lêu lổng bỗng nhiên rằm
một ta chơi một tròn trăng xứ người

Gió chi chợt lạnh toát trời
chợt khành khạch khóc chợt cười hu hu...

5. HOLLYWOOD 21.7.1995

Với HO. Hoàng, Thiện Giao,
Thanh Nghĩa, và...

Vinh quang thoắt tỏ thoắt mờ
người thoăn thoắt lá lơ thơ rụng dần

Bùi ngùi lả tả tiền nhân
ngôi sao hóa kiếp dấu chân bên đường

6. SAN DIEGO 28.7.1995

Với N.Mộng Giác, Nghiêu Đề, và...

Vay nhau khóc, mượn nhau cười
người xa quê léng phéng người xa quê

Xẩm rong hè phố thủy tề
ướm nhau còn nhớ lối về bến xưa

4. WASHINGTON, 7/12/1995

> With Van Le, Cao Tien Le,
> Dinh Cuong, and...

Walker in the city, caught by the full moon,
in a foreign land, alone with a night lantern.

A sudden wind freezes the sky,
break into a mournful laugh, joyful cry...

5. HOLLYWOOD, 7/21/1995

> With H.O. Hoang, Thien Giao,
> Thanh Nghia, and...

Glory a flash, now dimming,
people moving fast, suddenly the leaves falling.

Gut tight, a moment of parting,
heaven's stars reborn, footprints along the road.

6. SAN DIEGO, 7/28/1995

> With N. Mong Giac, Nghieu De, and...

Your cry my laugh, my laugh your cry,
away from home, outside meets inside.

Street singers beg the river god,
who remembers the path to the old pier?

7. BOLSA 30.7.1995

Với V.Huy Quang, Khánh Trường, và...

Khối buồn đâu dễ nguôi ngoai
hào khí bên ngoài yếm khí bên trong

Tỉnh say một búi bòng bong
nào ai chia nửa cõi lòng Bon-sa...

8. SAN JOSE 3.8.1995

Với N.Bá Trạc, TQ. Nam,
N.Hữu Liêm, N.Thành Út, và...

Một li Đắc Phúc làm vui
một nông sâu chảo cát người khô cong

Một bể dâu ngọn cỏ bồng
một ai thấy bóng sao không thấy hình

9. SAN FRANCISCO 5.8.1995

Với Thùy Yên, Thùy Linh,
Quốc Anh, và...

Dùng dằng gió dập dềnh sương
tửng tưng xe điện giật chuông cà tàng

Mộng bầm đêm hận chưa tan
nằm mơ duỗi nhịp cầu vàng sang nhau

7. BOLSA, 7/30/1995

> With V. Huy Quang, Khanh Truong, and...

Sadness does not easily give itself over,
outside, the bull's spirit, a ghost's within

Sobriety, madness—the same ball of thread,
who can share half of Bolsa's heart...

8. SAN JOSE, 8/3/1995

> With Nguyen Ba Trac, TQ. Nam,
> N. Huu Liem, N Thanh Ut, and...

A glass of *Dac Phuc* for warmth,
a pan, deep or shallow, to fry the sand.

A tip of *bong* grass in a world upside down,
a land of shadow, but no one there.

9. SAN FRANCISCO, 8/5/1995

> With Thuy Yen, Thuy Linh,
> Quoc Anh, and...

A brutal wind rustles the mist,
someone on the streetcar pulls the bell without shame.

A black-and-blue dream unhealed,
in sleep a golden bridge draws us together.

10. QUẬN CAM 9.8.1995

Với Ph. Duy, M.Thảo, Du Tử Lê,và...

Câu thơ sáu nổi tám chìm
đụng thời xa lộ thông tin kẹt đường

Vương thì tội, bỏ thì thương
đành lê thê nốt đoạn trường mộng du

10. ORANGE COUNTY, 8/9/1995

With Ph. Duy, M. Thao, Du Tu Le, and...

Six feet floating, eight feet drowned,
on the information superhighway, we all are...traffic-jammed

To stay, pain, to leave, pain,
we smile and sleepwalk a tunnel of tears.

MIRAGE

1.
Thiên đường không em gió toác hoác động tiên hoang mạc
canh bạc đen ngòm chôn sống trí siêu khôn

Thời vận đêm càng thử càng đêm thêm
ảo ảnh đỏ lòm hào quang mê muội

Mềm mại mánh mung mưu mẹo mập mờ
con bài bịp tàng hình nuôi dưỡng mơ mộng

Loe loét đèn màu không nhuộn thắm số phận
con thiêu thân hư vô dạy dỗ loài người

Ta tuyệt vọng ván tù mù hy vọng
chợt khát mưa em chưa khát thế bao giờ

2.
Thử dướn mình bay sục tìm Thượng Đế
cánh tay phàm nhân giả bộ cánh thiên thần

Đếch tiên nga đâu đếch Thượng Đế đâu
quỉ đầu trâu xâu xé nhau mặt ngựa da vàng

Tự vắt xác ứa muối nước mắt
cấp cứu linh hồn đang khói hóa khô quăn

Ta hú gọi ta khản giọng tù và
sấp ngửa thu tâm rút khỏi bãi quỉ thần đú đởn

MIRAGE

1.
Doors open, curtains magically pull apart. No, this is not paradise,
only a room full of gamblers, minds buried alive
                              like hot earthen pots.

Ten thousand letters jut into the night, the more you risk
                              the deeper the night will get,
the red halo of the Mirage shimmers in the sesame light.

So many schemes, subtle plots to unhinge the earth,
the cards play tricks, they bring on this dreaming.

I see the curtains light a gaping wound, a fate changing shape,
the earth burning, people stepping in and out of fire.

Hopeless, desperate prisoners of our own blind hope,
not yet thirsty, suddenly we swim in a season of thirst.

2.
Bodies set free, floating, I search for heaven,
a man's arm becomes an angel's disguised at parade rest.

No. No. Beautiful enchanted women everywhere. No. No. Monks.
No. They are only the heads of water buffalo turned up to a throne,
                              ripping each other to pieces.

From the dead bodies and from that season of tears, we squeeze
                              the last bits of moisture,
make a coffin for a soul catching fire, curling up
                              and withering before us.

I howl until I'm hoarse, raise my voice to heaven.
I lie on my back, slowly crawl out like troops withdrawing,
                              recovering from the siren songs.

Lạy cả nón đỏ đen chào thua thiên đường rởm
xin tụt về trần thế với em thôi

Mirage Hotel
Las Vegas 15.6.1995

I take my losses, bow down before the red and black, salute,
beg to return to earth, to be born again as a human

Mirage Hotel
Las Vegas, 15/6/1995

WASHINGTON, MÙA PHƠI

Mắt trời rách đá lườm ra
nắng đen trắng nhởn răng ma miệng người

Ngọn cây treo giọt máu tươi
bức tường Than Khóc rợn phơi oan hồn

Xám tro gió ứa xuống vườn
hỗn mang một thuở âm dương đục ngầu

Nỗi đời nay ngấm mai đau
cuộc phơi xương trắng trên đầu dân đen

                Đối diện Bức Tường Đen 11.7.1995

(Ngót 60.000 quân nhnhân Mỹ chết trongchiến tranh Việt Nam được khắc tên
tại bức tường đá đen này còn được gọi là Bức Tường Than Khóc)

226

WASHINGTON OBSESSION

From rock walls heaven's eyes stare,
black sunlight filters, whitens names like ghost teeth.

Blood falls from the treetops,
a Wailing Wall sings cries of the dead.

Ashen sunlight bends, captures the garden,
a time of chaos, sun and moon trading places.

This grief deepens, this agony endures,
white bones—a game for some, heartache for all.

                    The Vietnam Wall, 7/11/1995

GIÁC ĐẤU

Arène rùng mình nghìn năm tuổi đá
con bò mộng phát khùng giữa trùng người lên cơn thần kinh
nỗi cô đơn đợi chờ cuộc hành hình bất ngờ

Nỗi cô đơn không có gì che chở
vểnh tai ngơ ngác đấu trường cát
gió mơ hồ rì rào đồng mùa xuân
nghếch mũi ngửi mùi cỏ xưa xa vắng

Nỗi cô đơn sùi bọt mép căm hờn
nhận diện kẻ đối diện thay mặt nhân loại
mũi kiếm sắc giấu sau màu huyết tấm vải

Nỗi cô đơn cất tiếng rống tuyệt vọng
lao vào cuộc giác đấu không sòng phẳng
gục ngã cuối màn vờn diễn của chính kẻ soạn kịch bản
và ra đi...để lại vệt máu dài

Thêm một anh hùng xẻo tai bò lên ngôi
thêm một ma bò nhập vào lốt người
và cứ thế...thêm từng đàn bò cười

Không thể hiểu tại sao nhiều sướng vui đến thế
khi người ta chiến thắng một con bò trần truồng

Không thể hiểu tại sao nhiều điên cuồng đến thế
khi đàn bò giết chết nỗi cô đơn...

Feria de Nimes 25.5.1996

THE BULL FIGHT

The arena trembles, betrays old fissures, a thousand years
                              of stone veins,
the bull, its wildness growing, the crowd folding itself now into
                              deep fits of passion,
such loneliness waiting to be ripped away.

No shelter for this loneliness,
the bull's ears pricked dumb in the stadium's sand,
a wind faintly murmurs of spring fields,
a head lifts to scent distant grass.

Loneliness hangs out its tongue in anger,
sees the example of all mankind,
a sharpened sword hid in a blood-red cloth.

Loneliness lets out its desperate shriek,
caught in a struggle that's all a charade,
collapses at the curtain just as the author dictatcs
and departs...leaving behind another blood trail.

Another bull-slaying hero ascends a throne,
another bull ghost puts on human clothes,
and so it goes on...with many more laughing bulls.

Why so much joy and pleasure
when man defeats a poor naked beast?

Why such madness,
when a man slays the loneliness of a bull...

                    Feria de Nimes, 5/25/1996

THÁCH THỨC

Đố em bán gió cho trời
để anh đánh thuế bọn người buôn nhau

Đố em mua chịu nỗi đau
để anh hóa giá bảy màu giấc mơ

Sài Gòn 1994

DARE

If you can sell winds to the sky,
I'll tax those who sell one another.

If you can buy sorrow on credit,
I'll subsidize the rainbow's seven-colored dream.

Saigon, 1994

NẤP VÀO BÓNG MÌNH

Anh vô danh đứng lên bằng đôi chân hy vọng của mình
cây vô danh đứng lên bằng chính rễ của nó
đất đai cằn khô chưa bao giờ bình yên

Anh vươn tay về phía giấc mơ tàng hình ngọn gió
như cây vươn về phía cao xanh
bằng cành của nó

Không hiểu nổi tại sao anh và cây bị chém bị đốn
không lẩn trốn và không thể lẩn trốn
anh nấp vào bóng anh

Anh vặt trăng sao rịt lành vết thương
thấm giọng giọt sương nước mắt em long lanh mảnh vỡ
và bắt chước lá cây bình thản hát mỗi lúc gặp gió

Lại đứng lên một lần nữa...một lần nữa...một lần nữa...
Anh chờ em cơn mưa phục sinh
ô dù che anh là chiếc bóng chính mình

Cuối năm Giáp Tuất 1994

SHELTER IN SHADOW

Nameless, I stand up on my feet of hope,
nameless, the tree stands up on its root,
this burnt land has never known peace.

With hands stretched towards a dream that might be only
the invisible wind, I stand as the tree stands, stretching its branches
towards the blue.

I have no idea why the tree and I are slashed and hacked,
there is no escape, there is no escape for me,
I seek shelter within my own shadow.

The moon and the stars I gather to bandage my wounds,
my voice moist with your faltering teardrops,
like the leaves I sing quietly as the wind softly blows.

I stand up...stand up...again and again...I stand up...
I wait for you, the replenishing rain,
my shadow, now, my shelter.

                    End of the Year of the Dog, 1994

XÁC THỜI GIAN

Một tờ lịch vèo bay
một đi không trở lại
khoảng vắng teo treo cái bóng một ngày

Một tờ lịch từ trần
tương lai mỏng một tí
quá khứ dày một tị

Một tờ lịch tạ thế
chuông trời buông nhẹ không
xác thời gian xếp lớp xuôi giòng

Một tờ lịch băng hà
bao nhiêu ai tùy tiện hiện ra
bao nhiêu ai đột ngột biến mất

Một tờ lịch viên tịch
tuổi mỗi cao người mỗi thấp
vui mỗi thiếu buồn mỗi thừa

Một tờ lịch đổi ngôi
thương mỗi đời vừa vinh vừa nhục
dài một chút, ngắn một chút

Một tờ lịch thế thôi
lõm bõm thêm một ngày ta sống
và trắng xóa thêm một ngày ta rụng...

Tháng Giêng 1995

234

THE CORPSE OF TIME

A calendar page flies away,
once gone never to return,
the shadow of the day hangs over the empty space.

A calendar page flies away,
our future a little more worn,
our past a little thicker.

A calendar page flies away,
a bell peals softly on the air,
time's corpse flows off with the current.

A calendar page flies away,
many new faces turn the corner,
many old faces suddenly lost.

A calendar page flies away,
age grows greater, the back gets lower,
sorrows wider, joys smaller.

A calendar page flies away,
lives filled with a little glory, a little disgrace,
some longer, some shorter.

A calendar page, only a calendar page,
another knee-deep sloshing march through a day,
another white flash and gone...

January, 1995

THƯƠNG NHỚ THƠ NGÂY

Sung sướng vậy thời thả rông trí nhớ
sống rồi quên để rồi sống rồi quên

Khốn khổ vậy thời nâng niu trí nhớ
quá khứ giăng xiềng xích giam cầm mình

Cái nhớ càng sâu gai rào càng sắc
em hóa cai tù chính cuộc đời em

anh cũng vậy hình như ai cũng vậy
ta tự bỏ tù oan trái tim ta.

Tháng Ba 1995

INNOCENCE

In happiness we give memory free rein,
live and forget, to live to forget.

In sorrow we cherish fond memories,
the past casts a wide net to enfold us.

The deeper the memory, the sharper the thorns,
and so we become our own wardens.

I am no different, in the end,
we all falsely imprison the heart

March, 1995

TÌNH CA CHO NGƯỜI LY HÔN

Đừng nói rằng em không yêu anh
nên nói rằng em yêu anh xong rồi

Sự dối lừa xúc phạm tình yêu
đành chấp nhận bước lỡ làng định mệnh

Đành thú thật cuộc tình như cuộc chiến
bụi mưa xuân hoang phế đấu trường lòng

Đành ngắm niềm vui chui qua xác nỗi buồn
bình thản nhìn xa không hoảng hốt

Đành tùng xẻo khối âm u phát độc
thanh thoát người về không cản lối người đi

Đừng quên chúc tốt lành nhau em nhé
và thơ ơi đừng sướt mướt làm gì

Cuối Đông năm Bính Tý 1996

238

SONG FOR THE SEPARATION

Don't say that you no longer love me,
say your love for me has reached its end.

Lies dishonor love, the unhappy road
fate offers I know I'll have to accept.

Love a battleground, and this dust that comes
on the spring rain, here to desolate the heart again.

But other joys will tunnel through the body's pain,
and in the future I'll see with calmer eyes,

cut off the dark, poisoned part, so that the one
who returns will not hinder the one who departs,

and will not forget to send best wishes.
O poetry, shed no tears for us.

                    Late Winter, 1996

NGỌT NGÀO

Đôi khi
dư vị của ngọt ngào đắng quá
hối lộ nụ hôn quà biếu cuộc tình
miếng ăn chùa ly rượu chuốc
chặng đường quá giang phòng trọ miễn phí
và mộng mị hão huyền không tốn tiền

Đôi khi
ta trả giá quá đắt cho nhiều thứ chẳng đáng
cho những gì không ghi trong thực đơn
ví dụ món "giả vờ" chẳng hạn

Đôi khi
mắc bẫy ngọt ngào sao mà nhẹ nhàng
ta buộc phải trả liền hoặc trả chậm
bằng thân xác ê ẩm ân hận
thanh danh đổi tráo tầm thường
đổ vỡ và buồn nôn
nỗi day dứt mất ngủ
và từng cân thịt mình bốc hơi sau đó

Đôi khi
cắn răng nhìn thẳng mà tự thú
sự thanh thản không thể mua bằng tiền bố thí
ngẫm cho cùng
chả có gì miễn phí cả
em ạ...

Cuối năm Bính Tý 1.11.1996

THAT SWEETNESS

Sometimes
the aftertaste of sweetness is bitter,
a kiss bribed, a gift proffered,
some subsidy for food and drink,
a picked-up ride, free lodgings
illusory faith in no-cost dreams.

Sometimes
we pay too high a price for things of no worth,
for things not on the menu,
the dish of "make-believe."

Sometimes
that sweetness traps us, hooks us so easily,
we pay later and with interest,
with aching bodies and regrets,
a good name exchanged for what,
divorce and nausea,
sleepless nights, remorse.
Each pound of flesh burns off to steam.

Sometimes
bite the lip, look straight, confess.
Peace of mind can't be bought with charity.
In the end
nothing is free...

Year end of the Rat, 11/1/1996

NỢ

Nợ thương nợ ghét nợ yêu
toác toàng toang vỡ bao nhiêu nợ nần

Nợ đời ngót nghét tấm thân
nợ con đường xác dấu chân chôn vùi

Nợ ly trắng nỗi đầy vơi
nợ bạn bè dốc cuộc chơi tưng bừng

Nợ người khóe mắt rưng rưng
nợ sông giọt nước nợ rừng bóng cây

Nợ em lận đận tháng ngày
ánh trăng nợ gió áng mây nợ trời

Nợ hương sắc cõi thắm tươi
giấc mơ nợ xứ xa vời thần tiên

Dễ gì quịt nợ đâu em
nợ không trả được bằng tiền mà đau

Mùa đông Bính Tý 1996

DEBT

Debts of love, debts of hate, debts of care,
I'll go broke in debt's snare.

I owe a life to the world, a life to that death's
road where I left my footprints.

I owe the white dice cup my ups and downs,
those times playing with friends until night turned to dawn.

I owe my people a cup of my tears, I owe the forest
a shade, the river a deep, thirst-quenching drink.

I owe you many hard-scraping days, the moon
a slight breeze, the sky a cloud.

I owe the natural world scent and shape,
the earth my dreams, the gods my preoccupations.

No way I can put off these debts. What troubles me most
no way I can pay them off with mere money.

Winter, 1996

THẬT THÀ

Tự dưng nhớ Thật nhớ Thà
nhớ con đường chẳng đi qua bao giờ

Tự dưng nhớ gió trong mơ
nhớ trăng dát bạc đôi bờ sông Ngân

Tự dưng nhớ chợ Quỉ Thần
vườn Thiên Thai rụng dấu chân trái mùa

Tự dưng nhớ nước chưa mưa
Thật Thà lúc lắc đong đưa Thật Thà

Cuối đông Giáp Tuất 1994

REAL AND TRUE

Suddenly I remember, how true, how real,
like remembering a road I've never passed through,

Suddenly I remember the wind as in a dream,
like the silver moon in the Ngan river

Suddenly I remember the market of gods and genies,
the heavenly garden of Thien Thai falling in the wrong season.

Suddenly I remember the water before the rain,
how real, how true—like a pendulum passing by, and by.

Winter, 1994

HẠ THỦY

Con tàu hạ thủy đứa trẻ lọt lòng mẹ
vĩnh biệt thời âm u bào thai
vĩnh biệt bình yên che chở
vĩnh biệt giấc mơ bịt bùng bóng tối vỏ trứng

Lạy tạ mẹ đất yêu dấu
trường đời ngoài kia kể từ nay là sóng là gió
bão tố và dập vùi
tàn phá và chìm đắm

Chân trời nào đi qua
bến bờ nào dừng lại
thẳm sâu nào đón đưa

Cực nhọc nào làm sao mà đo lường
lo toan nào làm sao mà biết trước
không thể nào định nghĩa được hạnh phúc
cũng như không thể nào ngăn cản nổi hy vọng

Ngoài kia có nhiều giấc mơ khác
đời tàu không thể sống trên cạn
đời người không phải là bào thai

Chặt dây néo cắt rốn
xuống nước chấp nhận định mệnh
một con tàu ra khơi
một con người vào đời...

Nhân ngày hạ thủy tàu Sao Mai–Nhà Bè
27.10.1996

246

SHIP LAUNCHING

A ship launched, a child leaving the mother's body,
farewell the womb's darkness,
farewell security,
farewell imprisoned dream, shadow, eggshell.

Welcome mother earth,
life amid wind and wave,
storm and oppression,
downfall and destruction.

What horizon to reach,
what port to rest,
what depth to plumb?

No scale to measure hardship,
no oracle to predict adversity,
no definition for happiness,
no forbidding of hope.

On the horizon many dreams,
on land a ship cannot split the wave,
our life is not the womb.

Lines flung off, the umbilical cord cut,
into the water a fate set off,
a ship out to sea,
life begins...

> On the occasion of the launch of Sao Mai, Nha Be
> 10/27/1996

DÂN ƠI!...

Lụt trắng đồng mà không trắng lòng
Bạn đón tôi hoa đào và xôi gấc
Be tết không đầy nhưng không nhạt
Uống rồi nghe có bão bên trong...
              (Tết ở vùng quê bị lụt–năm Quí Sửu, 1973–N.D)

Năm nay lại lụt trắng đồng
quê ta lại tổng tòng tong mùa màng
làng ta lại lóp ngóp làng
lòng ta lại ếch nhái hoang cả lòng

Bà con mất bữa nhiều không?
những ai bị gậy phiêu bồng chân mây?
bóng ai loẻo khoẻo hình cây?
căm căm gió bấc thế này...làm sao?...

Bạn ơi dù có thế nào
giữ cho nhau sắc hoa đào ngàn năm
tốt lành lời chúc sang xuân
nén nhang bái tổ khấn thầm...dân ơi!...

              Gửi về quê nha–nhân dịp xuân Đinh Sửu 1997

248

O MY PEOPLE!

Flood blankets the field in white, but not the heart.
Friends welcome me with sticky rice and plum blossoms.
The wine container, though not full, is not without taste
Drinking the wine, I hear a storm form within...
      (New Year in my flooded village, Qui Suu 1973–N.D.)

This year the flood blankets the field again,
my village's harvest's gone on the wind,
every family beaten down in hardship,
Everywhere, the screams of wild toads and frogs.

My dear villagers, how many meals have we lost,
who has even a bag or walkingstick to go off and beg with,
whose body hasn't thinned to a reed's width,
tell me who could bear this cold northern gale?

Dear friends, whatever it is that must come,
let's hold true to the plum-blossom color.
For the coming spring, dear friends, I send you my good wishes,
in the swirl of the altar incense, my dear people!...
                I send you a silent prayer...

To my native village, The Dinh Suu New Year, 1997

Uncollected Poems

THƠ TẶNG NGƯỜI XA XỨ

Xa hun hút một con đường
bạn bè lận đận tận phương trời nào

Quê nhà ở phía ngôi sao
qua sông mượn khúc ca dao làm cầu

Một thời xa vắng chia nhau
nhớ thương vương lại đằng sau còn dài

Một thời xa vắng chia hai
dấu chân mãi mãi chụm ngoài bờ đê

Cũng từ độ ấy xa quê
hương bồ kết cứ đi về đêm đêm

Cũng từ độ ấy xa em
môi em thắm cứ tươi nguyên một đời

Có gì lạ quá đi thôi
khi gần thì mất...xa xôi lại còn...

1986

252

TO THE VIETNAMESE LIVING
IN FOREIGN LANDS

How dark the road—how far it stretches,
it reaches the earth's four corners.

From the heavens a star calls you home,
crossing the river, *ca dao*[1] makes a bridge.

A long dark past balanced between us,
an ocean of longing hanging before us.

A long dark past tensed between us,
but feet always returning to the ricefield dikes.

You picked up to leave, you looked back to the bamboo hedges,
now the scent of the *bo ket*[2] wakes you in the midst of the night.

You turned to go, you memorized the face you left,
lips red as roses take a lifetime to fade.

This world a mystery—strange isn't it,
too close and things die...in distance they rise up...

1986

1 *ca dao*: the vernacular folk poems which serve as the repository of the
   country's folk wisdom and humor.
2 *bo ket:* a kind of dried fruit used as a shampoo for its long-lasting fragrance.

BẮN

Tặng Kevin Bowen và các nhà thơ cựu chiến binh Mỹ
cùng tôi đọc thơ trên đất Mỹ

1.
Bắn!...

Các nhà thơ từng một thời đối thủ
may mắn thay không là kẻ thù
Đại Bác Thơ
nã lòng nhau giai điệu nhân ái
nã đêm đen muôn màu pháo hoa

2.
tại sao một thời thơ bị bắn giết
những vùng trời tàn sát
những vùng đời máu me
những vùng người hận thù
những vùng chết nhiệt đới
?...
tại sao?
tại sao?...
những thời con trai bị đánh cắp
những thời con gái bị cướp đoạt
những thời ngây thơ bị nướng khét xèo
?...
tại sao?
tại sao?...
những con chữ cụt đầu cụt tay cụt chân ngoằn ngoèo phế binh
những giọt máu biến hình ngọ ngậy kiến lửa
bao giờ lành vết thương chiến tranh?

254

FIRE!

To Kevin Bowen, David Connolly, and Gary Raffery,
veteran poet friends who read poetry with me in Boston

1.
We are poets, once each other's match,
our good fortune, we never became enemies.

Tonight we fire our cannons of poetry,
fire into the black night, shells of colorful flowers,
fire into each other, passion without borders,
fire into each other's souls, melodies of kindness.

Fire! Fire! guns of poetry,
thunder! thunder! gunners of words!

2.
Why didn't we live like this when we were young,
when we learn to love each other, we've grown old.

Why was there a time when poetry was dead,
when patches of sky lay in ruins,
limbs lay splattered in blood,
hearts bruised with hatred,
and valleys were traps of tropical death?

Why the time of young men stolen,
the time of young women robbed,
the time of childhood singed in crackling fire?

Our lines lurch like lines of wounded soldiers,
our words stand headless, armless, legless, stirring like red ants.

When will all the wounds heal?

3.
lỗ thủng trong hồn thơ không thể nào lành
thịt rách cũ cứ tươi rói như mới
từng giọt đau nhểu xuống trang thơ
nhắc một thời ngu
nhắc nhân loại nghỉ chơi trò máu đổ

cuồng nhiệt nữa hỡi Nhà Thơ Pháo Thủ
Đại Bác Thơ
nã đêm đen muôn màu pháo hoa

Bắn!...

Boston tháng 6.1995

(Tác giả viết lại theo trí nhớ 5/1999. Bản dịch dựa theo bài viết 6/1995.)

256

3.
This tear in our poetic soul should not be patched over,
this torn flesh continue to spurt new blood,
pain, hot and fresh, continue to pour on the page,
to remind us of a past,
to remind the world not to play games with blood.

Thunder! Thunder! Gunners of words,
guns of poetry,
pour into black night shells of colorful flowers!

Fire!...

Boston, 6/1995

A Note on the Translations

Nguyen Duy is one of Viet Nam's most versatile poets. His poems range from the most formal and rigorous structures of *luc bat,* the vernacular of *ca dao,* the folk poetry of the countryside, through the most experimental of free verse. In these translations we have tried to convey the spirit and tone of the poems; in a few cases such as "Mirage" and "A Small Song for Peace," we have ranged in places more freely from the text to follow where that spirit took us. In the case of the more formal poems, however, we have tried to remain close but have not attempted to create parallel structures in English. The *luc bat*, for instance, is written with strict rules for tonal sequences within and across lines, as well for rhyme sequences embedded within alternating six-and-eight syllable lines. Since Vietnamese is a monosyllabic and tonal language, the possibilities for word play and musical counterpoint within this form are rich and complex. We have tried to suggest some of the music and play of the form in our translations but have not carried over the rules, given the difference in languages. We hope the bilingual format of the book will encourage readers to attempt translations and adaptations of their own.

About the Author

Nguyen Duy's given name is Nguyen Duy Nhue. Born on December 12, 1948, in Dong Ve village, Thanh Hoa province, he now lives in Ho Chi Minh City. In 1965 Duy served as a militia squad leader, defending the area of Ham Rong-Thanh Hoa and, in 1966, he joined the signal corps, fighting in various battlefields including Khe Sanh and along Route 9, south of Laos. He left the army in 1976 and worked for the newspaper *Van Nghe Giai Phong* (*Liberation Literature and Arts*). Since 1977, he has been the representative of *Van Nghe* in the South. Among his published works are ten collections of poetry, three collections of memoirs, and a novel. The books of poetry include *Cat trang* (*White Sand*, 1973), *Anh trang* (*Moonlight*, 1984), *Me va em* (*Mother and You*, 1987), *Duong xa* (*Distant Road*, 1989), *Qua Tang* (*The Gift*, 1994), and *Ve* (*Returning*, 1994). In 1985, he published both a novel, *Khoang cach* (*Distance*), and a documentary narrative, *Nhin ra be rong troi cao* (*Wide Sea and Great Sky*). Among his awards are the poetry prize of *Van Nghe* in 1973 and the poetry prize of the Vietnam Writers' Association in 1985. He holds a degree in Vietnamese linguistics and literature.

A New Series of Vietnamese Poetry

With *Distant Road*, Curbstone Press, in collaboration with the William Joiner Center, initiates a new series of poetry collections featuring bilingual English/Vietnamese editions of Viet Nam's finest poets, poets whose work has been largely unknown in the West. The work of these poets ranges from the contemporary to the classical, from the avant-garde to the most popular and traditional forms. Future collections will include works of leading poets such as Huu Thinh, Thu Bon, and Xuan Quynh. The series will also feature special volumes covering Contemporary Women Poets, Poetry of the Diaspora, the Roots of Modern Vietnamese Poetry, and Poetry of Pre-1975 South Vietnam, with a special section on the tradition of dissenting poetry in Vietnam.

Nguyen Ba Chung, Kevin Bowen, and Bruce Weigl will serve as series editors.